கோதே என்ன சொல்லியிருந்தால் என்ன?

கோதே என்ன சொல்லியிருந்தால் என்ன?

பெருந்தேவி

கவிஞர். எழுத்தாளர். ஆய்வாளர். அமெரிக்காவிலுள்ள ஜார்ஜ் வாஷிங்டன் பல்கலைக்கழகத்தில் தெற்காசிய மதங்கள், பண்பாட்டு மானுடவியல், பெண்ணியம் ஆகிய துறைகளூடே ஆய்வு மேற்கொண்டு முனைவர் பட்டம் பெற்றவர். தற்போது அமெரிக்காவில் சியனா கல்லூரியில் இணைப் பேராசிரியராகப் பணிபுரிகிறார். தமிழிலும் ஆங்கிலத்திலும் தொடர்ந்து எழுதுபவர். இலக்கியத்தைப் பொருத்து கவிதை, மொழிபெயர்ப்பு தவிர புனைகதையிலும் பின்–அமைப்பியல் சார்ந்த பிரதி வாசிப்பிலும் ஈடுபட்டிருப்பவர்.

தொடர்புக்கு: *sperundevi@gmail.com*

ஆசிரியரின் பிற நூல்கள்

கவிதைத் தொகுப்புகள்

- உன் சின்ன உலகத்தைத் தாறுமாறாகத்தான் புணர்ந்திருக்கிறாய் (2021)
- இறந்தவனின் நிழலோடு தட்டாமாலை ஆடும்போது கீழே விழாதிருப்பது முக்கியம் (2020)
- விளையாட வந்த எந்திர பூதம் (2019)
- பெண் மனசு ஆழம் என 99.99 சதவிகித ஆண்கள் கருதுகிறார்கள் (2017)
- வாயாடிக் கவிதைகள் (2016)
- அழுக்கு சாக்ஸ் (2016)
- உலோகருசி (2010)
- இக்கடல் இச்சுவை (2006)
- தீயுறைத்தூக்கம் (1998)

மொழிபெயர்ப்பு கவிதைகள்

- மூச்சே நறுமணமானால், அக்கமகாதேவி (2021)

கட்டுரை நூல்

- தேசம்–சாதி–சமயம்: அதிகாரத்தைப் புரிந்துகொள்ளல் (2021)
- உடல்–பால்–பொருள்: பாலியல் வன்முறை எனும் சமூகச் செயற்பாடு (2020)

புனைகதை (குறுங்கதைகள்)

- ஹைன்ஸ் ஹால் கட்டிடத்தில் வாழும் பேய் (2020)

தொகுத்தவை

- அசோகமித்திரனை வாசித்தல் (2018)

பெருந்தேவி

கோதே என்ன சொல்லியிருந்தால் என்ன?

காலச்சுவடு பதிப்பகம்

அன்பார்ந்த வாசகருக்கு,

வணக்கம்.

காலச்சுவடு நூலை வாங்கியமைக்கு நன்றி.

நூலின் உள்ளடக்கம், உருவாக்கம், அட்டைப்படம் இன்ன பிற அம்சங்கள் பற்றிய உங்கள் கருத்துகளையும் ஆலோசனைகளையும் காலச்சுவடு வரவேற்கிறது. தகவல், எழுத்து, வாக்கியப் பிழைகள் தென்பட்டால் கட்டாயம் தெரிவித்து உதவுங்கள். நூல் தயாரிப்பில் கடும் குறைபாடு இருப்பின் மாற்றுப் பிரதி உங்களுக்குக் கிடைக்கக் காலச்சுவடு ஏற்பாடு செய்யும்.

மின்னஞ்சல்: publisher@kalachuvadu.com

காலச்சுவடு நாகர்கோவில் தலைமையகத்துக்கும் கடிதம் அனுப்பலாம்.

தங்கள்
எஸ்.ஆர். சுந்தரம் (கண்ணன்)
பதிப்பாளர் – நிர்வாக இயக்குநர்

கோதே என்ன சொல்லியிருந்தால் என்ன? ✤ குறுங்கதைகள் ✤ ஆசிரியர்: பெருந்தேவி ✤ © பெருந்தேவி ✤ முதல் பதிப்பு: ஜனவரி 2022 ✤ வெளியீடு: காலச்சுவடு பப்ளிகேஷன்ஸ் (பி) லிட்., 669 கே. பி. சாலை, நாகர்கோவில் 629001

காலச்சுவடு பதிப்பக வெளியீடு: 1068

Goethe enna colliyiruntaal enna? ✤ Microfictions ✤ Author: Perundevi ✤ © Perundevi ✤ Language: Tamil ✤ First Edition: January 2022 ✤ Size: Demy 1 x 8 ✤ Paper: 18.6 kg maplitho ✤ Pages: 96

Published by Kalachuvadu Publications Pvt. Ltd., 669 K.P. Road, Nagercoil 629001, India ✤ Phone: 91-4652-278525 ✤ e-mail: publications@kalachuvadu.com ✤ Printed at Mani Offset, Chennai 600077

ISBN: 978-93-5523-198-7

01/2022/S.No. 1068, kcp 3384, 18.6 (1) ass

தமிழ் நவீனத்துவ முன்னோடி
சுந்தர ராமசாமிக்கு

நன்றி

ஓவியக்கலைஞர் ரோஹிணி மணி
சுனில் கிருஷ்ணன்
ஹரி இராஜலெட்சுமி
கிருஷ்ண பிரபு
அரவிந்தன்
சித்ரா பாலசுப்ரமணியம்
கலா
ஸ்டெனோலின்
மகேஷ்

உயிர்மை
காலச்சுவடு
வனம் மின்னிதழ்
தமிழ்வெளி

உள்ளே

1. வெளியாள் — 11
2. கழுவேற்றப்பட்டவள் — 14
3. படபடப்பு — 16
4. இறக்க சந்தர்ப்பம் வாய்த்த நேரத்தில் — 18
5. கண்ணிலே என்ன உண்டு? — 19
6. படமானவர்கள் — 22
7. நாட்டார் வரலாறு — 24
8. விரல்கள் — 26
9. புதுமைப்பித்தனுக்குச் சிலை — 32
10. கோதே என்ன சொல்லியிருந்தால் என்ன? — 34
11. நல விசாரணை — 36
12. பொது இடம் — 37
13. உன்னைப் போல் ஒருவன் — 41
14. பாம்பு — 44
15. ஒருகாலத்தில் — 47
16. காதலனின் மனைவி — 50
17. தவிர்க்க வேண்டியது தவிர்க்க முடியாதது — 52
18. கொசு — 56
19. எதனாலோ — 58

20. அவன் கேட்டது	60
21. காதலை நிரூபித்தல்	62
22. மால்	64
23. கடைசியில்	66
24. மானுடவியல்	68
25. செல்லம்	71
26. நினைவுகூர்தல்	72
27. என்றும் மாறாதவை	74
28. நெருக்கத்தை அனுபவித்தல்	77
29. 15 ரூ. 50 பை.	80
30. கடவுளாகப் பொறுப்பேற்கும்போது	83
31. ஹனி	86
32. சாத்தியங்கள்	89
33. இடைவெளி	90

வெளியாள்

பாஞ்சாலி துகில் ஆட்டத்தின் உச்சக் கட்டம் நெருங்கிவிட்டிருந்தது. இரவு இரண்டு மணி. ஆட்டம் நடக்குமிடத்தில் போட்டிருந்த பெரிய பந்தலுக்கு உள்ளேயும் வெளியிலும் தூங்கிக் கொண்டிருந்தவர்கள் கூடத் தூக்கம் கலைந்து எழுந்து உட்கார்ந்தார்கள். பந்தலுக்கு எதிரே சற்றுத் தள்ளியிருந்த சிறிய கோயிலிலிருந்து பாஞ்சாலியைத் துச்சாதனன் இழுத்து வந்துகொண்டிருந்தான். பெண் வேஷக்காரருக்கும் துச்சாதன வேஷக்காரருக்கும் நாடகத்தின் இக்கட்டத்தில் ஆவேசம் வந்துவிடும் என்பதால் இருவருக்குமிடையில் பத்தடி நீளக் கோல் ஒன்று கொடுக்கப்பட்டிருந்தது. கோலின் ஒரு முனையைப் பாஞ்சாலியும் மறு முனையைத் துச்சாதனனும் பிடித்தபடி அருள் வந்த நிலையில் ஆடிக்கொண்டு வந்தார்கள். பந்தலுக்குள்ளிருந்து கோயில் பக்கமாகத் திரும்பிப் பார்த்த பெண்கள் அருள் வந்து ஆவேசமாக ஆட ஆரம்பித்தார்கள்.

கோயில்களில் பல பெண்கள் அருள் வந்து ஆடிப் பார்த்திருக்கிறேன். ஆனால் இத்தனை பெண்கள் ஒரே நேரத்தில் எழுந்து ஆடி நான் பார்த்ததில்லை. கிட்டத்தட்ட ஐம்பது அறுபது பேர். பலரும் இளையவர்கள். என்னோடு ஆய்வு செய்ய வந்திருந்த அமெரிக்க மாணவனுக்கு வியப்பில் விழி பிதுங்கிவிட்டது. அவன் வீடியோ எடுக்கட்டுமா என்று சாடையில் என்னிடம் கேட்டான். உடனே

தலையாட்டி மறுத்தேன். ஏற்கெனவே தருமராஜா கோயில் தர்மகர்த்தா எங்களிடம் எதையும் படமெடுக்கக் கூடாது என்று கெடுபிடி காட்டியிருந்தார். அது அவனுக்கும் தெரியும். என்றாலும் ஆர்வக் கோளாறு. சற்று ஏமாற்றமடைந்த அவன் ஆட்டக்காரர்களைப் பற்றிக் குறிப்பெடுக்கப்போவதாகச் சொல்லிவிட்டுக் கோயிலை நோக்கி நகர்ந்தான்.

பந்தலுக்கடியில் கெட்டி ஜமக்காளம் ஒன்றை மடித்துப் போட்டு அதில்தான் அமர்ந்திருந்தேன். பாஞ்சாலி வேஷக்காரரும் துச்சாதன வேஷக்காரரும் பந்தலை நெருங்கும்போது என் பக்கத்தில் அமர்ந்திருந்த ஒரு பெண் எழுந்து ஆட ஆரம்பித்தார். துகில் நாடகம் தொடங்குவதற்கு ஒரு மணிநேரம் முன்னதாகவே அந்தப் பெண் தன் மகளோடு அங்கே வந்துவிட்டிருந்தார். மகளுக்குப் பத்து, பன்னிரண்டு வயதிருக்கும். பூப்போட்ட சீட்டிப் பாவாடையோடு இன்னொரு குட்டிப் பூவாகப் பூத்த முகம். இருவரும் பாயும் கையுமாக வந்து இடம் பிடித்தார்கள்.

அந்தப் பெண் பாம்பைப் போல புஸ் புஸ் என்று சத்தமாக மூச்சு விட்டார். தலையைச் சுழற்றினார். அவருடைய அவிழ்ந்த முடி வட்டம் போட்டது. பின்னர் இரண்டு கைகளையும் கோத்து மேலே உயர்த்தியபடி முட்டிபோட்டு ஆடினார். அதே நிலையில் எழுந்து ஒரே ஓட்டமாக இங்கும் அங்கும் சில அடிகள் ஓடினார். ஒரு கட்டத்தில் அவரது முந்தானை மார்பிலிருந்து விலகியது. எனக்கு அது வித்யாசமாகப் படவில்லை. அருள் வரும்போது பல பெண்களுக்கும் நிகழ்வதுதான். ஆனால் அந்தச் சிறுமி கூச்சப்பட்டதும் தவித்ததும் அவள் முகத்தில் தெரிந்தது. சிறுமி வியர்க்க விறுவிறுக்க ஆடிக்கொண்டிருந்த அம்மாவின் முந்தானையைச் சரிசெய்யத் தன் அம்மாவிடம் நெருங்கி நெருங்கிப் போனாள். ஆனால் அவள் அம்மா அவளைக் கவனிக்கவேயில்லை. சிறுமியின் கை அவள் முந்தானையைத் தொட்டபோது அவள் அதைத் தட்டிவிட்டுக் கோபமாக முறைத்தாள். சிறுமிக்கு முகம் வாடிவிட்டது. என்னையும் தன் அம்மாவையும் சிறுமி மாறி மாறிப் பார்த்துக்கொண்டிருந்தாள். முந்தானை விலகிய கோலத்தில் அவள் அம்மாவை நான் பார்த்துக்கொண்டிருந்ததால்தான் அவள் சங்கடப்பட்டாள் என்று புரிந்தது.

சிறுமியின் அம்மா பாய்களுக்கும் ஜமக்காளங்களுக்கும் இடையில் மண்ணில் புரள ஆரம்பித்தாள். சிறுமி கிழிந்த பாயோடு ஓடிப்போய் அவள் அம்மாவின் மார்பகங்களை மூடப் பார்த்தாள். ஆனால் அவள் அம்மா நெருங்க விடவில்லை. சிறுமியும் விடுவதாக இல்லை. நடுநடுவே சிறுமியின் கண்கள் நான்

அவள் அம்மாவைப் பார்க்கிறேனா என்று என்னைக் கவனிக்கத் தவறவில்லை. ஒரு கட்டத்தில் நான் பார்க்காததுபோல் முன்னால் அமர்ந்திருந்தவரிடம் பேச்சுக்கொடுக்கத் தொடங்கினேன்.

ஆட்டக்காரர்கள் அரங்குக்கு அருகே நெருங்கிவிட்டிருந் தார்கள். இப்போது பந்தலுக்குள் வந்துவிட்டிருந்தார்கள். பாஞ்சாலி நீங்கள் செய்வது நீதியோ, தர்மமோ என்று அழுகையோடு முறைப்பாடிட்டாள். கிட்டத்தட்ட அங்கிருந்த எல்லாப் பெண்களுமே எழுந்து ஆடத் தொடங்கிய மாதிரி இருந்தது. ஒரு கதியில் என்னை அறியாமல் நானும் எழுந்து கொண்டேன். எழுந்துகொண்டது மட்டும்தான் தெரிந்தது. பிரபஞ்சமே என் கட்டைவிரலில் சுழன்றது போலிருந்தது. அரை மணிநேரம் ஆடினேன் என்று என் நண்பன் பிறகு சொன்னான். நானும் அன்று புடவைதான் அணிந்திருந்தேன். அந்தச் சிறுமி என்னருகிலும் வந்து போன மாதிரி நொய்மையாக ஒரு ஞாபகம்.

முழு நினைவுக்கு வந்தபோது நான் ஜமக்காளத்தில் படுக்க வைக்கப்பட்டிருந்தேன். வரிசையில் நின்றிருந்த பார்வையாளர்கள் சிலர் பாஞ்சாலி ஆட்டக்காரரின் காலில் விழுந்து காணிக்கை கொடுத்துக் கொண்டிருந்தார்கள். காணிக்கை தர ஹேண்ட் பேக்கிலிருந்து என் பர்ஸை எடுத்துக்கொண்டு எழுந்திருந்தபோது, “அக்கா, ஒங்க ஹேர்பின்” என்று அந்தச் சிறுமி சிரித்தபடி தந்தாள். “ஒங்க பூவு” என்று அவள் அம்மா சற்று வாடி உதிர்ந்திருந்த பூச்சரத்தை நீட்டினாள். “நான்தான் பத்திரமா எடுத்து வச்சேன்” என்றாள் சிறுமி. நான் ஆடிக்கொண்டிருந்தபோது அவள் என்னையும் பத்திரமாக எடுத்து வைத்திருப்பாள்.

●

கழுவேற்றப்பட்டவள்

கொஞ்சம் கொஞ்சமாக அவள் இறந்து விட்டதும் மேல் லோகத்துக்கு வந்து சேர்ந்திருப்பதும் அவளுக்குப் புரிபடத் தொடங்கியது. ஒரு சிறிய மரக் குச்சியின்மீது அவள் அமரவைக்கப்பட்டிருந்தாள். குச்சி வினோதமான வண்ணத்தில் திரவமிருக்கும் ஒரு கோப்பைக்குள்ளிருந்தது. கோப்பை முக்கால் பங்குக்கு நிரம்பியிருந்தது. அல்லது அவள் அப்படி நினைத்துக்கொண்டாள். கீழே குனிந்து பார்க்க பயமாக இருந்தது. தான் உருண்டையாக வழவழப்பாக இருப்பதையும் காக்டெயில் ட்ரிங்கில் செர்ரியாக வைக்கப்பட்டிருப்பதையும் உணர்ந்துகொண்டாள். கண்ணை உருட்டி உருட்டிப் பார்த்தாள். கையில் கோப்பையை வைத்திருந்தவர் ஆழ்ந்த யோசனையில் இருந்தது போலிருந்தது.

இவர் கடவுளாக இருக்க வேண்டும். தான் எதற்காகக் கழுவேற்றப்பட்டிருக்கிறோம் என்று அவளுக்குப் புரிபடவில்லை. அன்பே உருவான கடவுள் எதற்குக் கழுவேற்றப்போகிறார்? ஒருவேளை இது யமனோ, எருமை மாட்டைத் துரத்திவிட்டுவிட்டு அவர் நவீனமான விஷயமே பூமிக்கு வரவில்லையே.

அவள் தொண்டையைக் கனைத்துக் கொண்டாள். அது அவருக்குக் கேட்கவில்லை. அவருடைய பிரமாண்டமான உதட்டுக்கு அருகில்

தான் ரொம்பச் சின்ன பூச்சியாக இருப்பது புரிந்தது. எத்தனை பூச்சிகள் இப்படி நம்மைப் பார்த்துக் கனைத்திருக்கும்? நாம் காதுகொடுத்துக் கேட்டோமா என்ன?

கையில் கோப்பையை வைத்திருந்தவர் உதட்டை அசைத்தார். யாரிடமோ பேசினார். அவளுக்குப் புரியாத மொழி. உதட்டுக்கு வெகு அருகே என்பதால் பெரும் இரைச்சலாக வேறு இருந்தது. பேசி முடித்தவர் கோப்பையைக் கையில் வைத்தபடியே இருந்தார். புகைப்படத்துக்கு ஏதும் போஸ் கொடுக்கிறாரோ? சற்றுப் பொறுத்துத் தலையாட்டிக் கொண்டவர் கோப்பையை மேஜையில் வைத்துவிட்டு எழுந்து சென்றார்.

இப்போது குச்சி கோப்பையின் எதிர்ப்புறத்துக்கு வந்துவிட்டிருந்தது. நல்ல பெரிய அறை. அறையா என்றுகூடத் தெரியவில்லை. முடிவில்லாமல் போய்க்கொண்டிருந்தது. கண்ணைச் சுழற்றிப் பார்த்தாள். எல்லாப் பக்கமும் அறையின் பரிமாணம் நீண்டுகொண்டே சென்றது. மயக்கம் வரும்போலிருந்தது. கண்ணை மூடிக்கொண்டாள்.

மயக்கத்தின் நடுவிலும் அவளுக்கு ஒன்று புரிந்தது. கடவுள் ஓரளவுக்கு அன்பானவர்தான். அவள் குச்சியில் செருகப்பட்டிருந்த போதிலும் குதத்துக்கு ஒரு குஷன் கொடுக்கப்பட்டிருந்தது. மேலும் கடவுளே தன்னை ஒரு செர்ரிப் பழமாக காக்டெயிலுக்குத் தேர்ந்தெடுத்திருக்கிறார் என்றால் சும்மாவா?

கடவுளின் பற்களில் அரைபடுவதற்குள் இப்படி நூறு முறை தன்னைக் குறித்து அவள் பெருமைப்பட்டுக்கொள்ள நேரமிருந்தது.

●

கோதே என்ன சொல்லியிருந்தால் என்ன?

படபடப்பு

சில காலமாக உடலின் ஒவ்வொரு அணுவிலும் படபடப்பு தொற்றிக்கொண்டிருந்தது. எப்போதுமே அடுத்த நிமிடத்தை, மணி நேரத்தை, நாளை அவள் ஓட்டமாக ஓடி அடைந்துகொண்டிருந்தாள். உதாரணமாக ஒரு தெருவில் அவள் நடந்துகொண்டிருந்தால் அதைத் தாண்டி அவள் நடக்கப்போகும் அடுத்த தெருவின் வீடுகளை அவள் மனம் பார்க்கும். காரில் பயணம் செய்துகொண்டிருந்தால் ஒரு ஊரைக் கடக்கும்போது அடுத்த ஊரின் காட்சிச் சித்திரங்களை அவள் பார்க்கத் தொடங்கிவிடுவாள். தாம்பரத்தைக் கடக்கும்போது மேல்மருவத்தூரில் நெடிதுயர்ந்து நிற்கும் சிவப்புச் சாமியார் போஸ்டரைப் பார்த்து முகத்தைத் திருப்பிக்கொள்வாள். மேல்மருவத்தூரைக் கடக்கும்போது வருடக் கணக்காகப் பழுது பார்க்கும் வேலை நடந்துகொண்டிருக்கும் வடலூர் சாலையில் வண்டி தூக்கிப்போடுவதாக முதுகில் வலி தொடங்கிவிடும்.

அவளுடைய அண்ணன் ஒரு ஆயுர்வேத மருத்துவர். அவரிடம் தன்னுடைய படபடப்பைப் பற்றி அவள் முறையிட்டாள். "அண்ணா, எனக்கு ராத்திரியில அடுத்த நாள் பகல்ல செய்யறதெல்லாம், சமயத்தில் அதுக்கும் அடுத்தநாள் எல்லாம் நினைவுக்கு வருது."

அதைச் சொன்னபோதே அதிலிருந்த முரண் அவளை உறுத்தியது. கடந்த காலம்தான் ஒருவருக்கு நினைவுக்கு வரும், அடுத்து வரப்போவது எப்படி வரும்? ஆனால் அந்த முரண்தான் அவளைப் பொறுத்தவரை உண்மை. செய்யப்போவது எதுவுமே திட்டமாக

பெருந்தேவி

இல்லை, நடைபெற்றதாகத்தான் இருந்தது. படபடப்பின் தன்மை அத்தகையது.

அவர் அவளுக்கு மானசமித்ர வடகம் என்ற மருந்தையும் பலம் தர தைலம் ஒன்றையும் பரிந்துரைத்தார்: "தினமும் இரவு ஒரு மாத்திரையும் பாலும் சாப்பிட வேண்டும்." "நாளைக்கு வாங்கிவிடுகிறேன்" என்றவள் உடனடியாக அந்த மருந்தை அவள் செய்து பார்த்தாள். உளச் சோர்வு, மனச் சிதைவு போன்ற நோய்களை வேறு சிலவற்றோடு அந்த மருந்துக்குத் தோதாக கூகிள் காட்டியது. அன்றிரவு அவளுடைய கனவில் பூசப்படாத செங்கல் கட்டடமாக இருந்த மனநல மருத்துவமனை என்ற பெயர்ப் பலகைக்கு அடியில் மனம் பேதலித்தவர்களுக்கு நடுவில் நின்றபடி அவள் உரையாற்றினாள். "மானசா வங்காளத்தில் வழிபடப்படும் பாம்பு தெய்வத்தின் பெயர்" என்று சொன்னவுடன் "நாக தெய்வம்" என்று திருத்திக்கொண்டாள். பாம்பு என்றால் அடிக்கத் தோன்றும்போது நாகம் என்றால் தெய்வமாகிவிடுகிறது. இதைப் பற்றி அடுத்த உரையை ஆற்ற வேண்டும் என்று கனவுக்குள் செய்த உரைக்குள் நினைத்துக்கொண்டாள். "மித்ர" என்றால் சிநேகிதம் என்றவுடன் சுற்றியிருந்த பைத்தியங்கள் "மித்ர," "மித்ர" என்று அவளைப் பிடித்துக்கொண்டனர். ஒரு பைத்தியம் அவள் தலையிலிருந்த ஹேர்பின்னை எடுத்து "மித்ர உன் பெயரைக் கீறிக்கொள்கிறேன்" என்று நெஞ்சில் கீறிக்கொள்ளப் பார்த்த கணத்தில் அவள் விழித்துக்கொண்டாள். அவள் நெஞ்சில் ஏதோ ஒரு பெரிய எட்டுக்கால் பூச்சியை நகத்தால் நசுக்கியிருந்தாள்.

அதன்பின் அவளால் தூங்க முடியவில்லை. அடுத்த நாள் விடிந்தவுடனேயே கோட்டக்கல் வைத்தியசாலைக்குச் சென்று மாத்திரை வாங்கியதும் அந்தப் பழுப்பு நிற மாத்திரையைப் போட்டுக்கொண்டதும் அன்றைக்கான மாத்திரையைப் போடும்போது அடுத்த நாள் ஞாபகம் வர அடுத்த நாள் பரபரப்பில்லாமல் இருப்பதைப் போல உணர்ந்து மகிழ்ந்து அடுத்த நாள் அடுத்த நாள் மாத்திரையும் போட என்று தோன்றிக்கொண்டே போனபோது அவள் தன் வாழ்க்கையை முடித்துவிட்டுப் பாடையில் ஏறியிருந்தாள். தூக்கம் நன்றாக வந்தது.

●

கோதே என்ன சொல்லியிருந்தால் என்ன?

இறக்க சந்தர்ப்பம் வாய்த்த நேரத்தில்

ஃப்ராங்க்ஃபர்ட் விமான நிலையத்திலிருந்து கிளம்பி மேலேறியவுடனேயே விமானத்துக்குள் விளக்குகள் அணைந்து அணைந்து எரியத் தொடங்கின. ஏர் ஹோஸ்டஸ்கள் இருக்கைகளுக் கிடையிலான பாதைகளில் வேகமாக ஓடினார்கள். கேப்டனிடமிருந்து அறிவிப்பு வந்தது: "ஒரு சிறிய பிரச்சினை. சீக்கிரத்தில் சரியாகிவிடுமென நம்புகிறோம்." ஒரு ஏர் ஹோஸ்டஸ் அச்சமயத்தில் என்னருகே "ஓ, நோ....*fire*" என்று கத்தியபடி ஓடினார். "கடவுளே" என்று சிலர் கூவியது தெளிவாகக் கேட்டது. என்னருகே அமர்ந்திருந்தவர் நெஞ்சைப் பிடித்துக்கொண்டார். என்னையும் பதற்றம் தொற்றியது. விமானம் தடக்கெனக் கீழே இறங்கத் தொடங்கிய அந்தக் கணத்தில் சில முகங்களோடு சில பாவனைகளும் மனதில் தோன்றின. உடனடியாக ஒரு ஜோடி உதடு களும் என் முன் வரத் தவறவில்லை. அவற்றை அக்கணத்திலேயே முத்தமிட வேண்டுமென்றும் முத்தமிடும்போதே அவற்றில் வேறு நபர்களின் வியர்வையைக் கண்டுபிடித்துவிட வேண்டுமென்றும் கண்டுபிடிக்கும்போதே உதடுகளைப் பொசுக்கிவிட வேண்டுமென்றும் பொசுக்கிவிட்ட மறுநொடி அவற்றை உயிர்ப்பித்துவிட வேண்டுமென்றும், அந்த உதடுகளில் ஒன்று என்னிடம் கேட்க வேண்டிய மன்னிப்பைக் கேட்கும்போதே மன்னித்துவிடுவேனென்றும் இன்னொன்றிடம் கூற வேண்டிய சமாதானத்தைக் கோரும் முன்பே கூறிவிடுவேனென்றும

●

கண்ணிலே என்ன உண்டு?

நாங்கள் இரண்டு ஜோடிகளும் மௌனித்திருந்தோம். லேப் திறக்க இன்னும் நேரமாகும். திறந்துவிட்டால் அதன் பின்னர் நள்ளிரவுவரை வேலை தொடரும். நள்ளிரவுக்குப் பின் கதவை இழுத்திச் சாத்தும்வரை எங்களுடைய பதிவுகளை எங்களிடமிருந்து எடுக்கும் வேலை தொடரும்.

'வேலை' என்கிறேன். உண்மையில் நடப்பதென்னவோ பறிமுதல்.

எங்கள் காட்சிகளைப் பறித்து வேறேதோ இடங்களில் ஒட்டுவதே இங்கே நடப்பது. எங்கள் காட்சிகள் என்றால் நாங்கள் கண்டவை. நாங்கள் கண்கள்.

ஒவ்வொரு கண்ணாடிக் குடுவையிலும் பழுப்பு நிறத் திரவத்தில் ஜோடியாக இருக்கிறோம். எங்களை வைத்திருந்தவர்கள் இறக்கும் தறுவாயில் அல்லது இறந்தவுடன் பறிக்கப்பட்டுக் குடுவையில் இடம்மாற்றப்பட்டிருக்கிறோம். விழிமாற்று அறுவைச் சிகிச்சைக்கான தேவையெல்லாம் முடிந்துவிட்ட காலத்தில், கோலிக்குண்டுகள் கணக்காகக் கண்கள் சந்தையில் கிடைக்கும் காலத்தில் என்றாலும் எங்கள் மதிப்பு இந்த மட்டுமாவது உள்ளது. அதாவது நாங்கள் பார்க்கத் தொடங்கிய நாள் முதல் பதிந்துகொண்ட காட்சிகளுக்கான மதிப்பு.

ஒரு கேள்வி வரலாம். காட்சிகளைக் கண்கள் கண்டாலும் பதிவதென்னவோ மூளைதானே, கண்கள் வெறும் உறுப்புதானே எனலாம். ஆனால் இப்போது விஞ்ஞானிகள் வேறொன்றைச் சொல்கிறார்கள். மூளைக்குள் கடத்தப்படுவதற்குள்

எங்களிடமும் எங்களுடைய கருந்திசுப் பரப்புக்கு அடியில் தடமாக ரேகையாக காட்சி பிம்பம் சேகரமாகும் என்று சொல்கிறார்கள். இதெல்லாம் உங்கள் தர்க்கக் கணக்குக்குள், இன்று நீங்கள் புரிந்துகொண்டிருப்பதற்குள் அடங்காது. இல்லாவிட்டால் குடுவைக்குள்ளாவது கண்களாவது அடைபட்டிருப்பதாவது என்று கதையிலிருந்து இந்நேரம் நகர்ந்திருப்பீர்களே!

எங்கள் தடம் மசமசத்த ஒரு பிரதேசத்திலிருந்து தொடங்குகிறது. வெடிப்புப் பூவாகப் பூத்த பெண் உறுப்போ மருத்துவமனையின் டிஸ்டெம்பர் உதிர்ந்துகொண்ட சுவரோ, இவை இவைதாம் எனப் பின்னாளில் நாங்கள் அறிந்தது. பிறந்த சில மாதங்களுக்குப் பின் மஞ்சள் கொழகொழப்பு மலம் என்று பின்புதான் தெரிந்துகொண்டோம். அதற்கும் பின்னர் நாங்கள் எங்களை எங்களைப் போன்றதொரு ஒரு ஜோடிக்குள் பார்த்த கணம். ஐயோ, அவை நாங்கள் இல்லையா! எங்கள் அம்மாவின் கண்கள் எங்களுடையவை அல்ல என அப்போது தெரிந்துகொண்டோம். பதைப்பில் மூடிக்கொண்டோம்.

பின்னர் ஒவ்வொரு உறுப்பையும் பார்த்துத் தெரிந்து கொண்டோம். கால், கை, வயிறு, முட்டி, பெயர்களெல்லாம் அப்போது தெரியாது. வெறுப்பையும் மோகத்தையும் கோபத்தை யும் தாபத்தையும் சங்கடத்தையும் அச்சத்தையும் இவை போன்ற பல உணர்வுகளைக் காட்ட, பிரதிபலிக்கக் கற்றுக் கொண்டோம். இளமையில் மதமதப்பு, இளம் முதுமையில் நாசூக்கு, முதுமையில் ஏமாற்றம், முதுமை முற்ற விரக்தி, சமயத்தில் ஆசை, எப்போதுமே அச்சம். கடைசியாக அந்த நிறுத்தம். இரண்டு அச்சப் புள்ளிகளே நாங்களாகத் தங்கினோம்.

எங்கள் பதிவுத் தடங்களை ஒரு ரெகார்டரிலிருந்து இன்னொன்றுக்கு மாற்றுவதாக சல்லிசாக மாற்றுகிறார்கள் எனப் புரிந்தது. பக்கத்துக் குடுவையில் ஜோடிக் கண்கள் நேற்றுவரை பேசிக்கொண்டிருந்தவை. இன்று உயிரற்றதிலும் உயிரற்றுக் கிடக்கின்றன. நாளையோ நாளை மறுநாளோ எங்கள் தடங்களும் எங்களிடமிருந்து மாற்றப்பட்டுவிடும். முழுக்க அகற்றப்பட்ட பின் குடுவையில் கொஞ்ச நாள். பின் குப்பையில் கொட்டப்பட்டுவிடுவோம்.

எங்களிடமிருந்து மடைமாற்றிய காட்சிகளை வேறு கண்களுக்கு மாற்றுவதாக லேப்பில் பேசிக்கொண்டிருந்ததை நேற்று கேட்டோம். நேற்றிரவு லேப் பூட்டப்பட்டதற்குப் பிறகு யாருடைய கண்கள் இதனால் பயன்பெறலாம் என எங்கள் பின்வரிசையில் அமர்ந்திருக்கும் குடுவைகளோடு விவாதித்துக்கொண்டிருந்தோம். எங்கள் காட்சிப் பிம்பங்கள்

எல்லாம் ஹார்மோன்கள் உதவியால் ஒரு வயதுக்குள்ளாகவே வளர்ந்தவர்களாகிவிடுபவர்களுக்கு மாற்றப்படுவதாக ஒரு ஜோடிக் கண்கள் கூறின. பிறந்தவுடன் நாட்டின் ஆட்சியாளர் களாக வேண்டி, அதற்கான தகுதியை வளர்த்துக்கொள்ள நேரம் தராமல், அனுபவங்களை எல்லாம் உடனடியாக ஸ்வீகரிக்கச் செய்யப்படும் ஏற்பாடு என்றும் அவை அலுத்துக்கொண்டன. மற்றொரு கண் ஜோடியோ எங்கள் காட்சிகளை ரோபோக்களுக் குள் மாற்றுகிறார்கள் என யூகித்தது. ரோபோவின் மனிதத் தன்மையைக் கூட்டுவதற்கு, மனித அனுபவங்களை அவற்றுக்கு நிதர்சனமாக்குவதற்கு என்று அது காரணம் கூறியது.

பின்வரிசையில் சற்றுத் தள்ளியிருந்த குடுவையில் இருந்த ஜோடி சொன்னதுதான் எங்களுக்குச் சற்று சங்கடத்தைத் தந்தது. எங்களிடத்தில் சேகரமான காட்சிகள் மிருகங்களுக்கு மாற்றப்படுவதாகத் தெரிவித்தது அந்த ஜோடி. மனிதக் கண்களில் பதிந்த உணர்வுத் தடங்கள் மிருகங்களுக்கு மாற்றப்படும் பரிசோதனைகளே அந்த லேப்பில் நடப்பதாகவும் அந்த ஜோடி கூறியது. வழக்கமாக அபூர்வமாகவே எங்கள் உரையாடலில் பங்குபெறும் ஜோடி அது. ஆன்மிக ஞாபகமோ என்னவோ எப்போதும் செருகியபடியே காட்சி தரும் ஜோடி. அதன்பால் இதர ஜோடிக் கண்களிடத்தில் நிரம்ப மரியாதை உண்டு. எனவே அதன் வார்த்தைகளை எல்லாரும் மரியாதையோடு கவனித்தோம்.

அதன் பேச்சைக் கேட்டபின் எங்களிடத்தில் ஆழமாகச் சேகரமான ஒரு பிம்பம் சங்கடத்தை உண்டுபண்ணியது. வருடக் கணக்கில் காதலோடு பார்த்த ஒரு பெண் மெல்லிய ஆடையை அணிந்தபடி வேறொருவனோடு ஒரு ரெஸ்டரண்டில் நெருக்கமாக அமர்ந்திருந்தபோது அவளது முலையைக் கவ்வி, சாய்த்து வன்புணர வேண்டுமென்ற ஆசையில் சேகரமான பிம்பம். மிருகம் என்று மனக்குரல் கண்டிக்க அவளிடமிருந்து திருப்பப்பட்டோம். ஒரு முறை அல்ல, பல முறை. ரெஸ்டரண்ட் மட்டுமல்ல. பல இடங்கள். அந்தப் பிம்ப நினைவு நிஜமாகவே ஒரு மிருகத்துக்கு, புலிக்கோ ஓநாய்க்கோ எலிக்கோ, மாற்றப்பட்டால்? உருவகமாகப் பொய்யாகக் கூறப்படுவது அந்த மிருகத்தின குணமாக உண்மையிலேயே ஆகிவிட்டால்?

ஆனால் நாங்கள் ஆறுதல் கொள்ள ஒன்றுள்ளது. எங்கள் சங்கடமெல்லாம் நாளையோ நாளை மறுநாளோ குடுவைக்குள் இருக்கும் வரைதான்.

●

படமானவர்கள்

வெகு நாட்கள் கழித்துதான் வந்திருந்தான். என்றால் அவன் பூரிப்படைய வேண்டாமா? ஆனால் அவனுக்கு எழும்பவே இல்லை. அவளுக்கு வியப்பாக இருந்தது. இப்படி நேர்ந்ததே இல்லை. ஒருவேளை தன்மீது அவனுக்கிருந்த கவர்ச்சி குறைந்துவிட்டதோ என்று தோன்றியது. தன்னுடலைப் பார்த்துக்கொண்டாள். அத்தனை ஒன்றும் மோசமாக இல்லை. பெண்ணுக்கு மட்டுமே நாற்பது வயது வருவதில்லையே.

அதற்குள் அவன் படுக்கைக்கு முன்னால் மாட்டியிருந்த அவளது அம்மா, அப்பாவின் படங்களைச் சுட்டிக்காட்டினான். "இவர்கள்தான் பிரச்சினை." சென்ற வாரம்வரை அவர்கள் வேறு இடத்தில் மாட்டப்பட்டிருந்தார்கள். கொரோனா லாக்டவுன் நேரத்தில் ஆறுதலுக்காக அவர்களைப் படுக்கையறைக்கு மாற்றியிருந்தாள்.

"எதற்காக இங்கே இவர்கள் வந்தார்கள்?" என்றான் எரிச்சலோடு.

"நீ எப்போது கடைசியாக இந்தப் பக்கம் எட்டிப் பார்த்தாய் என்று உனக்கு நினைவாவது இருக்கிறதா? இதில் குறைசொல்கிறாய்"

"லாக்டவுனில் இதுவே கஷ்டம். அப்புறம் யார் குறைசொன்னது? உன் அம்மா, அப்பா இங்கே ஏன் வந்தார்கள், அதைத்தான் கேட்கிறேன்."

"அவர்கள் உன்னை என்ன பண்ணுகிறார்கள்?"

"அவர்கள் என்னை முறைப்பதைப் போலவே இருக்கிறது. என் குற்றவுணர்ச்சியைத் தூண்டுகிறார்கள்." பழிபோட்டான்.

"என் அம்மா, அப்பா எனக்குப் பிடித்த இடத்தில்தான் இருப்பார்கள். அவர்களுக்கு இந்த வீட்டில் எல்லா உரிமையும் இருக்கிறது."

"அப்போது அவர்களே இருக்கட்டும். உனக்கு நான் எதற்கு?"

உன்னுடைய கையாலாகாத்தனத்துக்கு அவர்களைக் குற்றஞ்சொல்லாதே என்று சொல்ல நினைத்தாள். நறுக்கென்று கேட்டுவிடலாம். ஆனால் ஆண்களின் பலவீனமான ஸ்பாட்டில் அடிக்கும் சாதாரணப் பெண்ணல்ல அவள். மேலும் அவனோடு குடித்தனம் நடத்தினால் ஓரிரு வருடம் கழித்து வேண்டுமானால் இப்படியெல்லாம் கேட்கலாம், அதுதான் நியாயம் என்று தோன்றியது.

"இதெல்லாம் பிரமை. செத்துவிட்டவர்கள் எப்படி நம்மைப் பார்ப்பார்கள்?" என்று தழைந்தாள்.

கொஞ்ச நேரம் அவன் பேசாமலிருந்தான். பின்னர் எழுந்து அறையோரத்தில் கீழே கிடந்த அவளுடைய துப்பட்டாவை எடுத்து இரண்டு படங்களின் முனைகளிலும் செருகி மூடினான்.

"இப்ப சரி" என்று பக்கத்தில் வந்து அமர்ந்தான். அணைத்துப் படுத்தான்.

உரிமையெடுத்துக்கொண்டு படங்களை அவன் அப்படி மூடியது அவளுக்குப் பிடித்திருந்தது. அதே நேரத்தில் அவள் அம்மா, அப்பாவை நினைத்துக் கொஞ்சம் வருத்தமாகவும் இருந்தது. மாப்பிள்ளை ரோலில் இருப்பவனிடம் இவர்கள் என்ன பாடுபட வேண்டியிருக்கிறது. செத்துப்போனாலும்தான்.

சிந்தனையைத் தொடர்வதற்குள் அவன் தன்னுடைய ட்ரேட் மார்க் முத்தத்தை அவள் உதட்டில் இட்டான். அத்தனை நிரம்பித் ததும்பும் அன்பு. உயிரோடிருப்பவர்கள் மாத்திரமே தரக்கூடியது. இந்த முத்தத்தின் துளி ஈரம் இருக்கும் வரை அவள் சாக மாட்டாள்.

"நாளை அம்மா, அப்பாவை இடம்மாற்றிவிட வேண்டியதுதான். முடிந்தால் லாக்டவுன் முடிகிறவரை பரணில் ஏற்றிவிடலாம். பா_மாய் இருப்பதில் ஒரு வசதி" என்று நினைத்துக்கொண்டாள்.

●

நாட்டார் வரலாறு

ஊரில்லாத ஓர் இடத்தில் கிராமமிருந்த விவரத்தை அறியக் கேட்டபோது கிடைத்தது: ஒரு மாட்டுவண்டியின் மாடுகள் எதையோ கண்டு மிரண்டு பாய்ந்து மோதியதால் ஒரு டெம்போ அதற்கு முன்னால் நின்றுகொண்டிருந்த கார் மீது மோத அது இன்னொரு கார் மீது மோத அந்த கார் அதற்கு முன்னால் நின்றுகொண்டிருந்த மினி பஸ் மீது மோத மினி பஸ் ஒரு லாரி மீது மோத லாரி வேகமாக ரயில்வே கேட்டை உடைத்து அப்போதுதான் வந்துகொண்டிருந்த ஒரு விரைவு ரயிலை நிலைகுலையச் செய்ய ரயிலின் இரு பெட்டிகள் தடம் புரள அதிலொன்றிலிருந்து பிய்ந்து விசிறியடிக்கப்பட்ட குஷன்களோடு கூடிய பெர்த்கள் இரண்டு கேட்டுக்கு அந்தப் புறம் நின்றுகொண்டிருந்த ஒரு ஆட்டோவில் மோத ஆட்டோ தடுமாறி சற்று பின்னால் நகர்ந்து அதன் பின்னால் நின்றுகொண்டிருந்த இரண்டு பைக்குகளைச் சாய்க்க ஒரு பைக் சாய்ந்த வேகத்தில் பக்கத்தில் நின்றுகொண்டிருந்த சைக்கிளைப் பக்கத்து வயலுக்குள் கவிழ்க்க இன்னொரு பைக் அதன் பின்னால் நின்றுகொண்டிருந்த குட்டி யானையை வேகமாக இடிக்க குட்டி யானை பின்னால் நின்றிருந்த கார்மீது மோத அது இன்னொன்றின் மீது அது இன்னொன்றின் மீது என சில மீட்டர் தொலைவில் அதே சாலையிலிருந்த குடிசையின் மீது மோதும் சமயத்தில் அதன் எஞ்சினில் தீப்பற்ற

பெருந்தேவி

குடிசை பற்றியெரிய அது பக்கத்துக் குடிசையைப் பற்ற அது பக்கத்துக் குடிசை அதன் பக்கத்துக் குடிசை அதன் பக்கத்து ஓட்டுவீடு என அந்தக் கிராமத்தின் பதினேழு வீடுகள் எரிந்து பதினெட்டாவது வீட்டுக்குத் தீப்பற்றும் நொடிக்கு முந்தைய நொடியில் அதிலிருந்து வெளியே வந்த மெலிந்த முதியவன் ஒருவன் எவரும் பார்க்கவில்லை என நினைத்து போதும் என்று தலையாட்டியதை எவரும் பார்க்காதபோதும் காற்று பார்த்துவிட்டுப் புகையைக் கக்கியபடி பக்கத்து ஊருக்கு வந்து கூறியது.

●

கோதே என்ன சொல்லியிருந்தால் என்ன?

விரல்கள்

காலையில் எழுந்தவுடன் அவனுக்குத் தேநீருடன் காலையுணவும் வேண்டும். கொரோனாவால் சில மாதங்களாக வீட்டிலிருந்து வேலை செய்தாலும் பழக்கம் சட்டென்று மாறிவிடுவதில்லை. ஸ்விகியில் பாஸ்தாவை ஆர்டர் செய்து சாப்பிட்டுவிட்டுச் சமையலறையில் கை கழுவிய பின் தன்னிச்சையாக கோக் வெண்டிங் மெஷின் என்று தண்ணீர் கேன் எதிரில் போய் நிற்கத் தோன்றுகிறது.

அவன் அம்மா வீட்டிலிருக்கும் நேரத்தில் – கொஞ்ச நேரம்தான் இருப்பாள் – எதுவும் செய்வதில்லை. நாக்குக்கு ருசியாகச் சமையல் செய்வதில்லை. வீட்டை ஒழுங்குபடுத்துவதுமில்லை. ஒரு பெரிய நிறுவனத்தில் அவளுக்கு வேலை. அந்த சாக்கில் காலையில் சீக்கிரம் கிளம்பிப் போய் விடுகிறாள். பல சமயம் இரவும் தாமதமாகத்தான் வருகிறாள். வீட்டு வேலைக்கு அவள் தேடி வைத்திருக்கிற ஆளும் கொரோனாவால் காலில் வெந்நீர் கொட்டிக்கொண்டதைப் போலப் பரபரத்து ஓடிவிடுகிறாள். வீட்டில் பாதி வேலைகளை அவன்தான் செய்யவேண்டியிருக்கிறது. சோம்பேறி அம்மாவோடு அப்பா எப்படித்தான் குடித்தனம் செய்தாரோ? நல்லவேளையாக கர்த்தர் அவரைச் சீக்கிரம் அழைத்துக்கொண்டுவிட்டார்.

அன்று காலை அவன் தாமதமாகத்தான் எழுந்தான். அம்மா கிளம்பிப் போயிருந்தாள். தேநீரைக் கோப்பையில் ஊற்றிக்கொண்டவன்

முந்தைய தின இரவு மீதம் வைத்திருந்த ஒரு சாண்ட்விச்சுக்காகக் குளிர்சாதனப் பெட்டியைத் திறந்தான். கிட்டத்தட்ட அது காலியாக இருந்தது. மேல் தட்டில் ஒரு சிறிய கறுப்பு ட்ரே. மெல்லிய பாலிதீன் கவர் மூடியிருந்தது. எடுத்துப் பார்த்தான். ஊதா நிறத்தில் இரண்டு விரல்கள். நகங்கள் கருரத்தம் உறைந்து தெரிந்தன.

என்ன இது என்று யோசிப்பதற்கு முந்தைய வினாடியில் ட்ரேயைப் பார்த்த மாத்திரத்தில் அவன் அதிர்ந்துபோய் நின்றபோது பக்கத்து அபார்ட்மெண்டிலிருந்து அலறல் கேட்டது. ஓடிப்போய்ப் பார்த்தான். அங்கிருந்த இரண்டு குழந்தைகள் "அங்கிள்"என்றபடி ஓடிவந்து அவனைக் கட்டிக்கொண்டன. அதில் நான்கு வயது சின்னக் குழந்தை சமையலறையை நோக்கிக் கைகாட்டியது. "மம்மி டாடி வீட்ல இல்லையா?" என்று கேட்டுக்கொண்டே சமையலறையை நோக்கி விரைந்தான். குளிர்சாதனப் பெட்டி திறந்திருந்தது. பெரியவள்–பத்து, பன்னிரண்டு வயதுச் சிறுமி–நடுங்கும் விரல்களோடு மேல்தட்டைக் காட்டினாள். இரண்டு ஊதா விரல்கள் கறுப்பு ட்ரேயில். அவன் வீட்டிலிருந்ததைப் போலவே அந்தக் குளிர்சாதனப் பெட்டியும் காலியாக இருந்தது. அவன் முகம் வெளிறியது. சிறுமி ஏதோ பயங்கரம் எனப் புரிந்து கொண்டு விசும்ப ஆரம்பித்தாள். அவள் தம்பிக்கு எதுவும் புரியாவிட்டாலும் அக்காவைப் பார்த்து அவனும் முகம் கோணி அழத் தொடங்கினான்.

கீழே கூச்சல் கேட்டது. குழந்தைகளுக்கு ஆறுதல் சொல்லியபடி அவன் வெளியே வந்தான். அவர்கள் நின்று கொண்டிருந்த மூன்றாவது மாடியிலிருந்து பார்த்தபோது கூட்டம் தெரிந்தது. அந்த வளாகத்தில் எழுபது வீடுகள் இருந்தன. கீழே ஐம்பது அறுபது பேர் கூடியிருந்தார்கள். "எங்கள் வீட்டிலும்," "எங்கள் வீட்டிலும்" என்று சிலர் கத்தினார்கள். "இரண்டில்லை, நான்கு" என்றும் பல குரல்கள் கேட்டன. "எப்படி வந்தன?" என்று சிலர் கூவினார்கள். சிலர் மயங்கிச் சாய்ந்தார்கள். "சாப்பிடாததால் விழுந்துவிட்டார்கள்" என்று பக்கத்திலிருந்த இருவர் சத்தமாகக் கூறினார்கள். முன்னெப்போதுமில்லாத களேபரம்.

அடுக்குமாடி வளாகத்தின் காரியதரிசிக்குத் தகவல் போயிருக்க வேண்டும். காரிலிருந்து இறங்கி ஓடி வந்த அவர் கூட்டத்துக்குள் நுழைய யத்தனித்தார். அவருக்காகக் கூட்டம் இரு புறமும் விலகியது. அவர் முகத்தில் பதற்றம் தெரிந்தது. சுற்றியிருந்தவர்கள் மாறிமாறிப் பேசிக்கொண்டிருந்தார்கள். அவர் ஏதோ கூறியதற்கு எல்லாரும் தலையாட்டினார்கள்.

அதற்குள் அங்கு நின்று கொண்டிருந்த ஒருவர் ஒரு பாலிதீன் பையை உயரத் தூக்கிக்காட்டினார். தன் வீட்டுக் குளிர்சாதனப் பெட்டியிலிருந்து எடுத்து வந்திருந்தார் போல. அலறியபடி எல்லாரும்–காரியதரிசி உட்பட–அவரிடமிருந்து ஏழெட்டு அடிகள் விலகினார்கள். வேக கதியில் ஹாரர் நடனத்தை ஆடுகிற மாதிரி அவர்கள் பின்னால் நகர்ந்தார்கள்.

இதெல்லாம் ஏன் நடக்கிறது? உலகம் முடிவுக்கு வரப்போகிறது என்பதன் அறிகுறியா இது? என் வீட்டுக்கு மாதம்தோறும் முதல் வாரத்தில் வருகிற பாஸ்டர் "கர்த்தரின் வருகை சமீபித்துவிட்டது" என்பார். நியாயத் தீர்ப்பு நாள் நெருங்கி விட்டதா? இரண்டு விரல்கள் வெட்டி வைக்கப்பட்டிருப்பது மனித குலத்தின் தீமைக்கான தண்டனையின் ட்ரெய்லர் என்றுதான் தோன்றுகிறது. கர்த்தர் தீய செயல்களை வெறுக்கிறார் என்கிறது பைபிள். "கர்வம்கொண்ட கண்கள், பொய்களைக் கூறும் நாவுகள், அப்பாவி ஜனங்களைக் கொல்லும் கைகள். தீயவற்றைச் செய்யத் திட்டமிடும் மனது, கெட்டவற்றைச் செய்ய ஓடும் கால்கள் ..." இப்போது விரல்கள் வெட்டி வைக்கப்பட்டிருக்கின்றன. இனி பிற பகுதிகள் வெட்டி வைக்கப்படும். வரப்போவதற்கான அறிகுறிதான் இது. "சே, வேண்டாத யோசனை" என்று தன்னைக் கடிந்துகொண்டான். அவனுக்கும் மதத்துக்கும் காத தூரம். கிறிஸ்துமஸ் சர்வீஸுக்குக்கூட சர்ச்சுக்குப் போகாதவன். ஆனால் எதிர்பாராதவற்றைச் சந்திக்கும்போது மூளை அடைபட்டுவிடுகிறது. "இப்போது இவை நடப்பதற்கான காரணம் தெரியவில்லை, அவ்வளவுதான்" எனச் சொல்லிக்கொண்டான்.

சிறுமியும் சிறுவனும் அவனுடைய இரு கைகளையும் கெட்டியாகப் பிடித்தபடி நின்றுகொண்டிருந்தார்கள். அபார்ட்மெண்ட் அசோசியேஷன் காரியதரிசி இன்னமும் ஏதோ சொற்பொழிவு செய்துகொண்டிருப்பதைப் பார்க்க முடிந்தது. புரிபடாத திடீர் அபாயத்துக்கு எதிராக அற்ப மனிதர்கள் என்ன செய்துவிட முடியும்? ஆனால் புரிபடாத தருணங்களையும் நிகழ்வுகளையும் கூட்டமாக எதிர்கொண்டு தாண்டி இது வரைக்கும் வந்திருக்கிறோம்.

கலக்கமடைந்திருந்த குழந்தைகளைத் தன் அபார்ட்மெண்டுக்கு அழைத்து வந்தான். விளையாட்டுப் பொருள்கள் இல்லை. சிறுவன் ஹாலிலேயே தூங்கிவிட்டான். டிவியை ஓடவிட்டான். ஊதா விரல்கள் பற்றிய செய்தி ப்ரேக்கிங் நியூஸாக ஓடத் தொடங்கியது. கீழே இறங்கிப் போய் பார்க்கலாமென நினைத்தபோது நண்பன் ஒருவனிடமிருந்து ஃபோன் வந்தது.

“பாஸ், இங்கே ஒரு அமர்க்களம்” என்று தொடங்கினான்.

“ஃப்ரிஜ்ஜில் விரல்களா?” என்றான் நண்பன் உடனேயே.

“டிவியில் பார்த்தாயா?”

“ட்விட்டரில் அதுதான் ட்ரெண்டிங். ஆனால் உங்கள் பகுதியில் மட்டுமில்லை.”

“பின்னே?”

“நகரம் முழுக்க. சப் அர்ப்களிலும்தான்.”

“நகரம் முழுக்கவா?” அவன் குரல் நடுங்கியது.

“பிற நகரங்களில்?” ஏனோ உலகம் முழுக்கவே இது நடந்திருக்குமென்று, நடந்திருக்க வேண்டுமென்று நினைத்தான்.

“அப்படித் தெரியவில்லை” என்றான் நண்பன். “நம் நகரம் மட்டும்தான் ட்ரெண்டிங் செய்யப்படுகிறது.” ஒரு அபாயம் நமக்கு மட்டும் இல்லாமல் எல்லாருக்கும் என்றால் கூட்டு பயத்தில் தஞ்சம் கொண்டுவிடலாம். எல்லாருக்கும் நடப்பது நமக்கும் என்றிருக்கலாம். ஆனால் ஒரு ஊருக்கு மட்டுமென்றால்? ஊரைக் காலி செய்ய வேண்டிவருமோ என்னவோ.

நண்பனிடம் மேற்கொண்டு என்ன பேசுவதென்று அவனுக்குத் தெரியவில்லை. அந்த நகரத்தில் மட்டும் ஏன் இதெல்லாம் நடக்கிறது? முதலில் அவர்கள்தான் அழியப் போகிறார்களா? ஏன் அவர்கள் நகரத்துக்கு மட்டும் இது என்று புரியவேயில்லை. டிவியில் பேசிக்கொண்டிருந்தவர்களும் இதைத்தான் கேட்டார்கள். ஒருவேளை கடற்கரையில் உள்ள நகரம் என்பதால் இருக்குமா என்பதில் தொடங்கி கடல் மட்டத்திலிருந்து அதன் உயரம், அட்ச ரேகை, தீர்க்க ரேகை முதலியவற்றைப் பிரஸ்தாபித்து அவற்றில் காரணம் தேடத் தொடங்கினார்கள். தொலைக்காட்சி சானல்களில் இளைய, முதிய, ஆண், பெண் ஜோசியர்களும் நியூமராலஜிஸ்ட்களும் *tarot card* படிப்பவர்களும் விவாதத்தில் பங்கேற்றார்கள். அவர்களில் கணிசமானவர்கள் அந்த நகரத்துக்கான ராசி பலன் மோசமாக உள்ளதென்றும் கருரத்தம் உறைந்த விரல்கள் அவற்றைத் தெரிவிக்கின்றன என்றும் சொன்னார்கள். இந்த நகரம் நில நடுக்கம், சுனாமி போன்ற ஆபத்தை விரைவில் சந்திப்பது உறுதியென்றும், இது பிற நகரங்களுக்கும் தொடரும் என்றும் எச்சரித்தார்கள். சில சானல்கள் அறிவியலாளர்களைப் பேட்டி கண்டன. போதுமான தகவல்கள் சேகரிக்கப்படாதவரை எதுவும் சொல்ல முடியாதென்று அவர்கள் ஒரே குரலில் கருத்து தெரிவித்தார்கள்.

அவன் தன் அம்மாவைத் தொடர்புகொள்ளவில்லை. அவளுக்கு விரல்கள் விஷயம் தெரியுமா என்று அவனுக்குத் தெரியவில்லை. ஆனால் அவள் என்ன சொல்வாள் என்று அவனுக்குத் தெரியும். "கர்த்தர் விரைவில் வருவார். அதற்குத்தான் அறிகுறி." சிலுவையிட்டுக்கொள்வாள். சிநேகிதிகளை வரச் சொல்வாள். பொலபொலவெனக் கண்ணீர் விட்டபடி கூட்டு ஜெபப் பிரார்த்தனையைத் தொடங்கிவிடுவாள். எல்லாரும் முழந்தாளிட்டுக் கதறி அழ ஆரம்பித்துவிடுவார்கள்.

கதவு தட்டப்பட்டது. பக்கத்து அபார்ட்மெண்ட்காரர். செய்தி கிடைத்தவுடன் அலுவலகத்திலிருந்து கிளம்பி வந்து விட்டார். "என்ன சார் இது, என்னனே புரியலியே. குழந்தைங்க ரொம்ப தொல்ல பண்ணலியே?" என்றார். அவன் பதிலை எதிர்பார்க்காமல் தன் மகளிடம் "தம்பியை எழுப்பு" என்றார். சிறுவன் கண்ணைக் கசக்கியபடி எழுந்து வந்தான். "குழந்தைகளைப் பார்த்துக்கொண்டதற்கு தேங்க்ஸ். வரேன் சார்."

நட்சத்திரங்கள் ஒளிரத் தொடங்கின. அவன் அம்மா இன்னும் வீட்டுக்கு வரவில்லை. ஒருவேளை அவள் சிநேகிதிகளோடு வேறெந்த வீட்டிலாவது ஜெபித்துக்கொண்டிருக்கலாம். அவளுக்கு ஏன் தான் நினைவுக்கு வரவில்லை என்று அவன் கொஞ்சம் வருத்தப்பட்டான். வளர்ந்துவிட்டான் என்றாலும் அவனுக்கும் பயமாகத்தானே இருக்கும்? முன்னெப்போதும் இல்லாத மாதிரி விஷயங்கள் நடக்கின்றன. ஆனால் இந்த நேரத்தில்கூட அவன் அம்மா வேளாவேளைக்கு வீட்டுக்கு வருவதில்லை.

அன்றிரவு அவன் தூங்கினானா இல்லையா என்று அவனுக்கே தெரியவில்லை. கட்டிலையும் தரையையும் ஆட்டிய நில நடுக்கத்தில் அதிர்ந்து மேஜைக்கடியில் புகுந்துகொண்டான். பேரலை உள்ளே நுழையப் பார்த்த மாத்திரத்தில் மயங்கி விழுந்து மண்ணோடு மண்ணாக நீரோடு நீராக அடித்துச் செல்லப்பட்டான். கரகரவெனச் சுழன்ற நீருக்கடியே சென்று மணலுக்குள் புதைந்தான். இல்லாமல் ஆனான். இறுதித் தீர்ப்பு நாளன்று எழுப்பப்பட்டான். இதோ, செய்த பாவங்களுக்கான கூலி அவனுக்குக் கிடைக்கப்போகிறது!

பொட்டிலடித்தாற்போல அலாரம் அடித்தது. அதிர்ந்து எழுந்து உட்கார்ந்தான். இன்னும் அம்மா வரவில்லை. தூக்கக் கலக்கத்துடன் பல் தேய்த்தவன் அநிச்சையாகக் குளிர்சாதனப் பெட்டியைத் திறந்தான். தேநீருக்குப் பால் வேண்டும். திறந்த கணத்தில் "ஐயோ விரல்கள்" என்று அவனுக்குப் பக்கென்றது. ஆனால் குளிர்சாதனப் பெட்டிக்குள் வழக்கம்போல எல்லாமிருந்தன. விரல்களைத் தவிர.

30 பெருந்தேவி

உடனே நண்பனுக்கு ஃபோன் அடித்தான். நண்பன் தூக்கத்திலிருந்தான். "இரு பாக்கறேன்" என்றான். அவன் வீட்டிலும் குளிர்சாதனப் பெட்டி எப்போதும் போலிருந்தது. விரல்கள் இல்லை.

கொஞ்ச நாட்கள் வெட்டப்பட்ட விரல்கள் நகரம் முழுக்க வீடுகளில் வைக்கப்பட்டதையும் அடுத்த நாளே அவை மறைந்து போனதையும் பற்றி எல்லாரும் பேசிக்கொண்டிருந்தார்கள். பிறகு பலரும் அவற்றை மறந்துவிட்டார்கள்.

சில வருடங்கள் கழித்து ஒரு மாலை வேளையில் அவனுடைய அபார்ட்மெண்ட் சிட் அவுட்டில் கரு நிற முயல் ஒன்று மேய்ந்துகொண்டிருந்தது. அன்று மாலை நகரத்தில் எல்லா வீட்டு சிட் அவுட்களிலும் கருமுயல்களைப் பார்த்தார்கள்.

●

கோதே என்ன சொல்லியிருந்தால் என்ன?

புதுமைப்பித்தனுக்குச் சிலை

"கி.ராவுக்கு செல வைக்கப் போறாங்க, தெரியுமா?" என்றேன். வந்தவர் "ஆறி அவலாப் போயிருக்கு" என்று குறை சொல்லியபடி எடுத்துக் குடித்தார்.

"தெரியும், தெரியும், நைனாவே வந்து சொன்னாரு" என்றார்.

"அதென்ன, நீங்களும் நைனாங்கறீங்க. ஒங்களவிடச் சின்னவர் இல்லியா அவர்" என்று ஆட்சேபித்தேன்.

"செத்துப் போறப்ப என்ன வயசோ நிரந்தரமா அதான் வயசு" என்றார் கண் சிமிட்டியபடி.

"அப்போ நான் ஒங்களவிடப் பெரியவ?" என்று கடுகடுத்தேன்.

"பின்ன?" புன்னகைத்தார்.

"ஒங்களுக்கும் செல வைக்கணும்னு லஷ்மி மணிவண்ணன் சொல்லியிருக்காப்டி" என்றேன். அவர் எந்தக் காலத்தில் ஃபேஸ்புக்குக்கு வந்து லக்ஷ்மி மணிவண்ணனைப் படிக்கப்போகிறார்? வர வர போட்டுவைத்த காப்பியைக் குடிக்கவே நேரத்துக்கு வர முடியவில்லை.

"வேறெதும் தொடுப்பு இருக்கும், அதான் வரலனு யோசிக்கிறியா?" புன்னகை மேலும் விரிந்தது.

நாம் ஒன்றை நினைக்கும்போதே ஆவிகளுக்குப் புரிந்துவிடுகிறது. நாம்தான் ஆவி என்பதை மறந்துவிடுகிறோம்.

பெருந்தேவி

"அது இருக்கட்டும், உங்களுக்கு எங்க செல வைக்கறதாம்? திருநெல்வேலினு உங்கள தள்ளிகினு போயிருவாங்களோனு பதைபதைப்பா இருக்கு."

"ஒன் நெனப்பு என்னவோ."

"மகாமசானம் நடக்கற எடத்துல மவுண்ட் ரோட்ல நீங்க நிக்கணும். அந்த மாம்பழக் கூடைக்காரிங்க நின்ன எடத்துல. அதான் என் ஆசை."

"அண்ணா சாலைனு சொல்லு. சரி, அங்க நின்னு?"

எனக்குப் பதில் சொல்லத் தெரியவில்லை. ஆனால், திருநெல்வேலிக்கு அவரை விட்டுக்கொடுப்பதில் எனக்குச் சிறிதும் உடன்பாடில்லை. முகம் வாட்டமுற்றதைப் பார்த்துவிட்டார் போல.

"நான்தான் பிரம்மா, சிருஷ்டிகர்த்தா. பிறகு எனக்கெதற்குச் சிலை?" கடுகடுத்த குரலில் நாடகீயமாகக் கேட்டார். "செல வைக்கக் கேட்டா இதச் சொல்லு."

"சிருஷ்டி தெய்வத்துக்குக் கோயில்ல வைக்கறதில்லியா. அத மாதிரிதான்." அவர் கதையிலிருந்து திருடிய வார்த்தைகள்.

"திதிதெவசம்னாட்டு மாலை, பத்தி, சாம்பிராணி சடங்கு சாங்கியம். மத்த நாள்ல காக்கா எச்சம்." வாய்விட்டுச் சிரித்தார்.

தமிழின் எதிர்காலம் அந்தச் சிரிப்பில் தெரிந்தது.

சிலை அப்படியொரு கம்பீரம்.

அந்தகார வாசலில் சாயைகள் போல் உருவங்கள் குனிந்தபடி வருகின்றன. குனிந்தபடி வணங்குகின்றன.

"எங்கள் முன்னோடி," "எங்கள் முன்னோடி" என்ற எதிரொலிப்பு. நூற்றுக் கணக்கில் தொடங்கிய சாயைகள் லட்சக் கணக்கில் பெருகுகின்றன.

"ஆயிரம் காப்பிக்கு மேல போட்டிருக்கக் கூடாது. ஐம்பது பெர்சண்ட் டிஸ்கவுண்ட் கொடுத்தாலும் போக மாட்டேங்குது." பின்னட்டையில் வேறெங்கோ பார்க்கும் புதுமைப்பித்தனை முறைத்துக்கொண்டிருந்தார் தென் தமிழகத்தில் ஒரு பதிப்பாளர். "வெறைப்புக்கு ஒண்ணும் கொறைச்சலில்ல."

●

கோதே என்ன சொல்லியிருந்தால் என்ன?

கோதே என்ன சொல்லியிருந்தால் என்ன?

பெயிண்டரிடம் இத்தோடு நான்கைந்து முறை சொல்லிவிட்டாள் சுமதி. "அந்த கான்கிரீட் பில்லருக்கு மெஜண்டாதான் அடிக்கணும், மாத்திராதீங்க."

"இல்லமா, அது சரி வராது" என்றார் பெயிண்டர்.

"மெஜண்டாவா, சுவருக்கு ஆஃப் ஒயிட், தூணுக்கு மெஜண்டானா செட் ஆவாது மேடம்." ஒத்தூதினார் பொறியாளர்.

சுமதி விடவில்லை, "செட் ஆவும். எனக்கு அது பிடிச்ச கலர்."

"நான் சொல்லிட்டேன். அப்றம் நல்லா இல்லனு கம்ப்ளெயிண்ட் பண்ணக் கூடாது. அப்றம் சரி செய்ய முடியாது." பெயிண்டர் எச்சரித்தார்.

"மேடம்தான் செட் ஆவுங்கறாங்களே. ராமராஜன் சட்டை கலர்ல நல்லாத்தான் இருக்கும்." பொறியாளருக்கு நக்கல்.

சுமதிக்குக் கோபம் வந்தது. ஒரு விஷயத்தில்கூட நம்மைத் தீர்மானிக்கவிட மாட்டேன் என்கிறார்கள். வீடு கட்டுவதென்னவோ நாம்.

தொடக்கத்திலிருந்தே பொறியாளரும் சரி, கொத்தனாரும் சரி, ஆசாரியும் சரி, இப்போது பெயிண்டரும் சரி அவள் பேச்சைக் கேட்பதில்லை. ஒருவேளை அவள் பட்டுச் சேலை நகை நட்டோடு

பெருந்தேவி

பெரிய பொட்டு வைத்துக்கொண்டு ரம்யா கிருஷ்ணன் அம்மன் மாதிரி வந்தால் கேட்பார்களோ என்னவோ. ஆனால் இதையெல்லாம் ஏற்பாடு செய்துகொண்டு வருவதற்குள் பெயிண்ட் அடித்து முடித்துவிடுவார்கள். அவளுக்குக் கவலையாக இருந்தது.

"நான் சொன்னதிலே ஒரு அர்த்தமிருக்கு" என்றாள் சுமதி. "என்ன மேடம்?" என்றார்கள் இருவரும்.

"மகா கவிஞரும் மிகப் பெரிய தத்துவஞானியுமான கோதே மனித குலத்தின் பொது மனத்துக்குள்ளும் பிரபஞ்சம் நெடுகிலும் மனிதருக்குள்ளும் அப்பாலும் உறைந்திருக்கும் சக்தியால் ஏற்படுத்தப்பட்டிருக்கும் அக, புற ஒழுங்கில் எண்ணத்தின் வண்ணத்தின் வளமார்ந்த வனப்பின் சாயையை அடர்ந்தும் ஆர்ப்பரிக்காமலும் எடுத்துக்காட்டும் மேன்மையான, அதி உன்னதமான, ஆதி சிறப்பான, நுட்பத்தின் நுட்பமான வெகு சில செழுமையான நிறங்களின் சக்ரவர்த்தி மெஜண்டா என்கிறார்" என்றாள்.

கூறி முடிக்கும்வரை அவள் முகத்தையே பார்த்துக் கொண்டிருந்த பொறியாளரும் பெயிண்டரும் இரண்டு நிமிடங்கள் ஒன்றும் பேசவில்லை. பிறகு ஒரே குரலில் "சரிங்க மேடம்" என்றார்கள். "மெஜண்டாவே பூசிரலாம்."

புரியவைக்க முடியாததைப் புரிபடாத மொழியில் கூறும்போது புரிகிறதோ புரியவில்லையோ புரிந்துகொண்ட மாதிரி விளைவுகள் ஏற்பட்டுவிடுகின்றன. மற்றபடி கோதே என்ன சொல்லியிருந்தால் என்ன?

●

நல விசாரணை

இன்று காலையில் அவள் எப்படியிருக்கிறாள் என்று நண்பன் ஒருவன் வாட்ஸ்ஆப்பில் விசாரித்தான். சம்பிரதாயமாக இல்லாத ஆத்மார்த்தமான கேள்வி. அதனால் பாசாங்கற்ற பதிலை அவள் சொல்ல நினைத்தாள். தன் மனநிலையை எடுத்துச் சொல்ல வார்த்தையைத் தேடினாள். வருத்தம் என்ற வார்த்தை மனதில் முந்திக்கொண்டு வந்தது. வருத்தத்தைவிடப் பொருத்தமான வார்த்தை இருக்கிறதா என்று யோசிக்கத் தொடங்கினாள். மிக வருத்தம் என்று யோசனையிலேயே அடிக்கோடிட்டாள். இன்னும் பொருத்தமான வார்த்தைகள் இருக்குமா என்று தேடினாள். வேதனை மிகு வருத்தம்தான் சரியாக இருக்குமென்று தோன்றியது. சொல்லப்போனால் சஞ்சல வேதனை மிகு வருத்தம் ரொம்பச் சரி. ஆனாலும் அதில் இம்மி குறைந்த மாதிரி இருந்தது. துக்க சஞ்சல வேதனை மிகு வருத்தம் என்று டைப் செய்தவள் ஒரு நொடி தாமதித்தபின் ஆறாத என்ற சின்ன விவரிப்பைத் துக்கத்துக்கு முன்னால் போட்டாள். செய்தியை அனுப்ப அம்புக்குறியை அழுத்திய பின் சில வார்த்தைகள் விட்டுப்போன மாதிரி பட்டது. அவன் பார்ப்பதற்குள் அனுப்பியதை அழித்துவிட்டு இப்படி டைப் செய்து அனுப்பினாள்: ஆறவே ஆறாத கண் கலக்க துக்க சஞ்சல விசன வேதனை மிகு வருத்தம். அனுப்பியதை இன்னொரு முறை சரிபார்த்துத் திருத்தி அனுப்பலாமென்று எண்ணுவதற்குள் அவனிடமிருந்து "tc" என்று பதில் வந்துவிட்டது.

•

பெருந்தேவி

பொது இடம்

ரமேஷ் அந்த அடுக்குமாடிக் குடியிருப்புக்குக் குடிவந்ததிலிருந்து அவனுக்கு எரிச்சல் தந்த விஷயம் அங்கே வசித்த பல குடும்பத்தினரும் தங்கள் செருப்புகளை வெளியே கழற்றிப் போடுவதுதான். எந்த ஒழுங்குமில்லாமல் அவற்றைப் பொதுவான பாதையில் இறைப்பார்கள். இணையோடு இல்லாமல் குப்புறக் கிடக்கும் பல விதமான செருப்புகள், ஷூக்கள், ஷூ லேஸ்கள், பழைய ஹவாய் செருப்புகள், ஹைஹீல்ஸ் வகையறாக்கள், பண்டிகை, விசேஷ நாட்களில் வாசல்களில் குவிந்திருக்கும் அவை சிறிய குன்றுத் தொடரை உருவாக்கியிருக்கும். கதவுக்கு வெளியே கிடக்கும் செருப்புக் குவியலிலிருந்து அந்த வீட்டுக்கு விருந்தாளிகள் வந்திருப்பதைத் தெரிந்துகொள்ளலாம். ஒரு ஆறுதல், அவன் அபார்ட்மெண்டுக்கு எதிர் அபார்ட்மெண்டில் வசித்தவர்கள் செருப்புகளை வெளியே விடுவதில்லை என்பதுதான். சொல்லிக்கொள்ளாத பரஸ்பரப் புரிதலென்று ரமேஷும் தன் வீட்டு வாசலில் செருப்புக் குவியல் கிடக்காமல் பார்த்துக்கொண்டான்.

ஆனால் புரிதல் தொடரவில்லை. ஒரு சனிக்கிழமை காலையில் அபார்ட்மெண்ட கதவைத் திறந்து, அவர்களுக்கு வந்த பார்சல் ஒன்றை வாங்கிக்கொண்டு வந்த அவன் மனைவி எதிர்வீட்டுக்காரர்களும் கெட்டுப்போய்விட்ட தாகக் குறை சொன்னாள். ஒரு ஜோடி பழைய செருப்பு வெளியே கிடக்கிறது என்றாள். விருந்தாளி யாராவது தெரியாமல் விட்டிருக்கக்கூடும் என நினைத்தான் அவன்.

அடுத்த வாரம் ஒரு செருப்பு ஜோடி எதிர் அபார்ட்மெண்ட் வாசலில் கிடப்பது மூன்று முறை அவன் கண்ணில் பட்டது. ஒரு மதியவேளையில் இரண்டு ஜோடிகள் கிடந்தன. அடுத்த நாள் இரவு வரையிலும்கூட அவை அதே இடத்தில்தான் இருந்தன. ஒரு கணம் அவர்களிடம் போய் உள்ளே வைக்கச் சொல்லலாமா என்று நினைத்தான். அழைப்பு மணியை அழுத்தப்போனவனுக்குக் குழப்பம் வந்தது. "இந்த அபார்ட்மெண்ட் காம்ப்ளெக்ஸில் எத்தனை பேர் செருப்பை வெளியே விட்டிருக்கிறார்கள்? பேனை ஏன் பெருமாள் ஆக்குகிறீர்கள்?" என்று அவர்கள் கேட்டுவிட்டால்?

பக்கவாட்டில் பார்வையை ஓடவிட்டான். முப்பது வருடங்களுக்கு முன் லாபத்தை மட்டுமே குறிக்கோளாகக் கொள்ளாமல் இடவசதியுடன் கட்டப்பட்ட அடுக்குமாடிக் குடியிருப்பு அது. அதிலுள்ள தளங்களில் பொதுப் பாதைகள் நீளமானவை. ஒவ்வொன்றும் எட்டு அடிக்கு மேல் அகலம் கொண்டவை. ஆனால் அந்த அகலம் தெரியாதபடி பாதை நெடுகிலும் வாசல்களில் செருப்புகள் வெளியேதான் இறைந்து கிடந்தன. தவிர சில பிளாஸ்டிக் ரேக்குகளும் மைகாத் தகடு பிய்ந்த ஒரு அலமாரியும் இத்துப்போய்க் காட்சி தந்தன. இடம் போதாமல் அவற்றிலிருந்து கீழே வழிந்த பல வகையான செருப்புகளும் ஷூக்களும் முழி பிதுங்கிக் கிடந்தன.

எதிர்வீட்டுக்காரருக்கு என்ன பதிலடி தரலாம் எனத் தவித்துக்கொண்டிருந்தவன் தன்னுடைய ரன்னிங் ஷூக்களை எடுத்துத் தன் அபார்ட்மெண்ட் வாசலில் வெளியே வரிசையாக வைத்தான். எதிர்வீட்டுக்காரர் கண்ணில் படும்போது அவர் நிச்சயம் அவற்றைப் பற்றி யோசிப்பார். அவர் அத்தனை மோசமானவரில்லை. ஒரு மாதமாகத்தான் இப்படி.

அடுத்த நாள் எதிர் அபார்ட்மெண்ட் வாசலில் நான்கு ஜோடி செருப்புகள் ஒன்றன் மேல் ஒன்றாகக் கிடந்தன. ரமேஷுக்கு எரிச்சல் கூடியது. பதிலுக்கு அவன் தன்னுடைய குழந்தையின் பழைய ஷூக்களை எடுத்து வெளியே வைத்தான். மறு நாள் எதிர் அபார்ட்மெண்ட் வாசலில் செருப்புகளோடு ஏழெட்டு சாக்ஸுகளும் சேர்ந்து குவிந்து கிடந்தன. அவன் தன் வீட்டு ஹாலின் மூலையில் உள்ளடங்கியிருந்த அலமாரியில் மடித்து வைத்திருந்த சில சாக்ஸுகளை எடுத்தான். அதைப் பார்த்த அவன் மனைவி "அந்த ஆளுக்காகத் துவைத்ததைக் கொண்டு போய் வாசலில் போடப்போகிறீர்களா என்ன?" என்று ஆட்சேபித்தாள். அவள் அப்படிக் கேட்டதைவிடத் தான் செய்யப்போவதைப் புரிந்துகொண்டுவிட்டது அவனுக்கு ஒருமாதிரி இருந்தது. சட்டென "இல்லை" என்று மறுத்தவன்

துவைக்காத சாக்ஸ் ஏதாவது இருக்குமா எனத் தேடிப் பார்த்தான். அவன் மனைவி சுத்தமாக வீட்டை வைத்திருக்க விரும்புபவள். அவனுடைய பேண்ட், சட்டையிலிருந்து குழந்தை ஈரம் செய்த துணிகள்வரை அன்றன்றைக்குத் தோய்த்துவிடுபவள். அழுக்கு சாக்ஸ் எதுவும் தென்படவில்லை. மனைவியின் அதீத சுத்தம் அவனுக்கு வெறுப்பைத் தந்தது. சமையலறைக்குச் சென்றவன் அப்போதுதான் இறக்கி வைத்த சாம்பார் கறை படிந்த பிடிதுணியைக் கொண்டுவந்து வாசலில் போட்டான். “உங்களுக்குக் கிறுக்கா பிடித்திருக்கிறது?” என்று மனைவி கண்டித்ததைக் கண்டுகொள்ளாமல் தன் அறைக்குச் சென்றுவிட்டான்.

மாலையில் நண்பனைச் சந்திக்க தி.நகருக்குச் சென்ற அவன் பாண்டி பஜாரில் நடைபாதைக் கடை ஒன்றில் பருத்தி சாக்ஸுகள் மலிவாக விற்கப்படுவதைப் பார்த்தான். சாக்ஸுகளைப் புரட்டிப் பார்த்தவன் பழைய சாக்ஸுகள் விற்பனைக்கு இருக்குமா என்று கடைக்காரரைக் கேட்டான். கடைக்காரர் அவனை ஒரு மாதிரி பார்க்கவே இருப்பதிலேயே சல்லிசான விலையில் சில ஜோடிகளை வாங்கினான். வீட்டுக்குள் நுழைவதற்கு முன்னால் தான் போட்டுவிட்டு வந்த பிடிதுணி அங்கே இல்லாததைப் பார்த்தான். மனைவி அதை எடுத்து உள்ளே வைத்திருக்க வேண்டும். “பெரிய இவ” என்று முணுமுணுத்தான். தான் வாங்கிவந்த சாக்ஸ் ஜோடிகளை வாசலில் இறைத்துவிட்டுத்தான் உள்ளே நுழைந்தான். “மழை பெய்திருந்தால் சேற்றில் முக்கிவிட்டுப் போட்டிருக்கலாம்” என்று வருத்தப்பட்டான்.

அடுத்த வாரத்தில் எதிர் வீட்டுக்காரரது நடவடிக்கை மேற்கொண்டு மோசமானது. வாரத் தொடக்கத்திலேயே வீட்டு வாசலில் பழைய கோணியை விரித்து ஏழெட்டு டஜன் ஷூக்கள் பரத்தப்பட்டன. திட்டமிட்டுச் செய்திருப்பதாக அவனுக்குப் பட்டது. பதிலுக்கு ரமேஷும் வீட்டிலிருந்த பழைய, புதிய ஷூக்கள் எல்லாவற்றையும் செய்தித்தாள்களை விரித்து அவற்றின் மேல் அடுக்கி வைத்தான்.

பிறகு எதிர்வீட்டுக்காரர் நான்கு தட்டு மர அலமாரி ஒன்றைச் செருப்புகள் விடும் இடத்துக்குப் பக்கம் வைத்தார். அவனும் அதே போன்ற ஒரு அலமாரியை ஆர்டர் கொடுத்து வாங்கித் தன் அபார்ட்மெண்ட்டுக்கு வெளியே வைத்தான். ஒரு வாரம் கழித்து எதிர்வீட்டுக்காரர் தனது அலமாரியின் அருகே ஒரு மோடாவை வைத்து அதன் மீது சில பழைய கிழிந்த துணிகளையும் அடுக்கி வைத்திருந்தார். பதிலுக்கு அவன் அந்த மோடாவைவிட உயரமான, தாட்டியான நாற்காலியை

வைத்து அதில் பழைய பத்திரிகைகளைப் பரத்தி வைத்தான். அந்த வாரக் கடைசியில் அலமாரிமீது ஒரு பெரிய பிள்ளையார் சிலையை எதிர்வீட்டுக்காரர் வைத்தார். அவன் அதைவிடப் பெரிய பிள்ளையாரைத் தேடி வாங்கித் தன் அலமாரியின் மீது வைத்தான்.

அவர்களது போட்டி விஷயம் தீவிரமாகிவிட்டதை உணர்ந்த குடியிருப்பாளர்கள் சங்கம் இருவருக்கும் மென்மை யான எச்சரிக்கையை வாட்ஸ்ஆப் குழு வழியாக அனுப்பியது. ஆனால் சங்கத்தில் முக்கியப் பொறுப்பில் இல்லாத சக குடியிருப்பாளர்கள் வாட்ஸ்ஆப் குழுவில் மாறிமாறிச் செய்தியனுப்பி இருவரையும் ஊக்குவித்தார்கள். இருவருக்கும் வந்து சேர்ந்த வாழ்த்துக் குவியல்களில் சங்கம் விடுத்த எச்சரிக்கை இருந்த இடம் தெரியாமல் போய்விட்டது. ஒரு கட்டத்தில் இரு தரப்பாகப் பிளவுற்ற குடியிருப்பாளர்கள் தாங்கள் ஆதரிப்பவருக்குக் குடியிருப்பு வளாகத்தின் நுழைவாயிலில் பேனரை வைக்க முடிவு செய்தார்கள்.

போட்டியின் உச்சக்கட்டத்தில் எதிர் வீட்டுக்காரர் ஒரு யானைக்குட்டியை வாங்கி வாசலில் கட்டினார். துதிக்கையை நீட்டும்போது அது அவன் அபார்ட்மெண்ட் வாசல்வரை வந்தது. அலுவலகத்திலிருந்து திரும்பி வந்த அவன் ஒதுங்கி நின்று தன் அபார்ட்மெண்ட் கதவைத் திறக்கப் பார்த்தபோது அது சட்டையை இழுத்தது. குட்டியின் குறும்பில் அவன் சற்று மயங்கினாலும் எதிர் வீட்டுக்காரரின் போக்கு அவனுக்கு ஆத்திரம் தந்தது. ஓரிரு நாட்களில் அதைவிட மூத்த யானைக் குட்டியை வாங்கித் தன் அபார்ட்மெண்ட் வாசலில் கட்டினான். அதற்குப் பின் அவனால் தன் வாசற்கதவைத் திறக்க முடியவில்லை.

சில நாட்களில் ரமேஷ் ஒரு ஏணியை அமேசானில் ஆர்டர் செய்து அதை சிட் அவுட் வழியாக டெலிவரி எடுத்தான். அவன் மனைவி நடப்பதைப் பார்த்துத் திகைத்தாலும், அதன் பின் அதுவே அவனும் அவன் குடும்பத்தாரும் வெளியே செல்லும் வழியாயிற்று. எதிர் வீட்டுக்காரரும் ஃப்ளிப்கார்ட்டில் ஒரு ஏணி வாங்கியிருக்கிறார் என்றும் அவரும் அவருடைய சிட் அவுட் வழியாக இறங்கிப்போகிறார் என்றும் குடியிருப்பாளர் களின் வாட்ஸ்ஆப் குழுவில் செய்தி பரிமாறப்பட்டது. சக குடியிருப்பாளர் ஒருவர் ஏணி எப்படி வேலை செய்கிறதென்று கேட்டு ரமேஷுக்குத் தனிச் செய்தி அனுப்பியிருந்தார். ஒப்பிட்டுப் பார்ப்பதற்காக எதிர் வீட்டுக்காரருக்கும் அவர் தனிச் செய்தி அனுப்பியிருப்பார்.

●

உன்னைப் போல் ஒருவன்

அச்சு அசலாக உன் குரல் தொனிக்கிறது அவன் குரலில். இதெல்லாம் எப்படிச் சாத்திய மெனப் புரியவில்லை. உன்னைச் சந்திப்பேன் என்று நினைத்தேனா என்ன? நாம் சந்தித்தது, பழகியது எல்லாம் இன்னும் வினோதமாக இருக்கிறது. உன்னைப் போல ஒருவனை மீண்டும் சந்திக்க முடியும் என்றால்? ஒரு வினோதம் தன்னைப் பிரதியெடுத்துக்கொள்ளும்போது எப்படி வினோதமாக இருக்க முடியும்? அவன் குரலைக் கேட்டு முதலில் நான் அதிர்ந்துதான் போனேன். உன் குரலைப் போலவே குழைந்த நளினம். உச்சரிப்பில் கடைசி எழுத்துகளின் விடுபடல். ஏதோ நினைப்பில் யாருடனோ பேசுவதாகப் பேச்சு. திடீரெனக் கொக்கி போட்டு இழுப்பதாகச் சிரிப்பு.

தொடர்ந்த உரையாடல்களில் அவன்தான் பேசினான். நான் கேட்டுக்கொண்டிருந்தேன். "பதில் சொல்ல மாட்டீங்களா?" என் மௌனத்தில் நீ இருப்பதை எதற்குக் காட்ட வேண்டும்?

அவனை முதன்முதலில் பார்த்தது என் வீட்டருகேதான். ஒரு மாலில். ரெடிமேட் கடை ஷோ ரூமில். அதற்கெதிரே மினி சரவண பவன் ஓட்டலிருந்தது. அன்று மாலுக்குச் செல்வதற்கு

கோதே என்ன சொல்லியிருந்தால் என்ன?

என்னை நன்கு தயார் செய்துகொண்டேன். உனக்குப் பிடித்த மாதிரி தொங்கல் காதணிகளை அணிந்துகொண்டேன். உனக்குப் பிடித்த மாதிரி அழுத்தமான நிறத்தில் நகப்பூச்சு இட்டுக்கொண்டேன். உனக்குப் பிடித்த மாதிரி கண்ணில் மை வரைந்துகொண்டேன். சிறிய குருவி வால். அவன் கைக்கு எட்டாத படிக்குச் சிறியது.

நீ ஆச்சரியப்படுவாயா என்று தெரியாது. உன் நிறம்தான் அவனுக்கும். குட்டி கோன் ஐஸை நினைவூட்டும் கூரிய மூக்கு. சிரிக்கின்ற கண்கள். அதே குள்ளமுமில்லாத உயரமுமில்லாத உயரம்.

வலக்கண் புருவத்துக்கும் காதுக்கும் இடையில் அதே போன்ற சிறிய ஓவல் வடிவ மச்சம். எப்படிச் சாத்தியம்?

இன்றும் மாலில்தான்.

அவன் பக்கத்து மேஜையில் அமர்ந்திருந்தான்.

"அஞ்சு நிமிஷம்தான் லேட்." சிரித்தான்.

உன்னைப் போலவே தளுக்கு. அரை மணி நேரத்தை ஐந்து நிமிடமாக நம்ப வைக்கும் சாதுரியம். அந்தப் பெண் பதிலுக்குச் சிரிக்கிறாள்.

"வேறு யார்ட்டயாவது சொல்லு. நம்புவாங்க." அவள் கண்ணில் மை. நீளமான குருவிவால். லேசாக முயன்றால் பிடித்துவிடலாம்.

அவனை நான் உற்றுப் பார்ப்பது அவளுக்குத் தெரிந்து விட்டதோ? அவர்கள் காதலில் சிக்கலை உண்டுபண்ணிவிடக் கூடாது. மெல்ல அங்கிருந்து எதிர்ப் பக்கமாகப் படிக்கட்டை நோக்கி நகர்கிறேன்.

என் முதுகின் மீது அவன் கண்களை உணர முடிகிறது.

"சேச்சே. வேறு யாரு ஒன்ன மாதிரி என்ன நம்பப் போறாங்க?" அவன் குரலை உயர்த்துகிறான்.

திரும்பிப் பார்க்கிறேன். கருகருவென நறுக்கு மீசை. உன்னைப் போலவே.

இல்லை. நீயேதான்.

"உட்கார்ந்திருக்கறது இங்க என்னோட. ஆனா ஒன் கவனமெல்லாம் வேறெங்கியோ."

என் குரலில் சிடுசிடுப்பு ஏறுகிறது. நீ முகம் கறுக்கிறாய். உன் கவனம் வேறெங்கோ செல்வதும் நான் சிடுசிடுக்கத் தொடங்கிவிட்டதும். இது வெகுநாளைக்கு நல்லபடியாகத் தொடரப்போவதில்லை. நாம் பார்த்துக்கொள்ளாத காலம் சீக்கிரத்திலேயே வரும்.

கண்ணைக் கணம் மூடித் திறக்கிறேன். அலைபேசி ஒலிக்கிறது.

"நான்தா பேசறேன் . . ." அச்சு அசலாக உன் குரல் தொனிக்கிறது.

●

கோதே என்ன சொல்லியிருந்தால் என்ன?

பாம்பு

"நகரு, சட்னு நகரு." அவள் தம்பியிடம் கத்தினாள். அன்று ஞாயிற்றுக்கிழமை. அவளும் அவள் தம்பியும் ரிப்பேர் நடந்துகொண்டிருக்கும் தங்கள் வீட்டைப் பார்ப்பதற்காக கும்பகோணத்திலிருந்து இன்னம்பூருக்கு வந்திருந்தார்கள். இரு வருடங்களுக்கு முன்பு ஒரு விபத்தில் இறந்துபோன அவர்களுடைய அப்பா சேர்த்து வைத்திருந்த சொற்பத் தொகையோடு சமீபத்தில் அவள் வேலைக்குச் சேர்ந்த கம்பெனியில் கொஞ்சம் லோனும் வாங்கி ரிப்பேர் வேலையில் போட்டிருந்தாள். படு மோசமான நிலையில் இருந்த பழைய வீடு. சிதிலமடைந்திருந்த முன்பக்கச் சுவர்கள் முழுக்க இடிக்கப்பட்டிருந்தன.

"கால் கிட்ட பாம்பு பாரு." பாம்புக்குக் கேட்காமல் அவனுக்கு மட்டும் எப்படிச் சொல்வது என்று புரியாமல் படபடத்தாள்.

பாம்பு தன் மூன்றடியை இரண்டு ஒன்றரை அடிகளாக மடித்துப் படுத்திருந்தது. தூணுக்கு அருகே அதன் சின்ன தலையும் அதைவிட மெல்லிய வாலும் அவள் கண்ணுக்குத் தெரிந்தன. அவள் தம்பி தூணுக்கு வலப்புறமாகவும், அவள் வீட்டுக்கு இரண்டடி கீழே மண் தரை முகப்பிலும் நின்று கொண்டிருந்தார்கள்.

"எங்கக்கா பாம்பு?" என்றான் அவன் சாவகாசமாக.

"மொதல்ல நீ நகரு." பாம்பின் மேல் ஒரு கண்ணும் தம்பியின் மேல் ஒரு கண்ணும் வைத்திருந்தவள் சிடுசிடுத்தாள்.

"நீ மேல வா," என்றான் அவன் விடாமல். கையைப் பிடித்து இழுத்துக்கொண்டு வந்தால்தான் வருவான் என சிமெண்ட் மூட்டையில் காலை வைத்து ஒரே தாவாக ஏறிச் சென்றாள். "சொன்ன பேச்சையே கேக்க மாட்டியாடா?"

"எங்க பாம்பு?" என்றான் அவன் திரும்பவும். "இங்கதான்" என்றுவிட்டு அவனுக்கு அதைக் காட்டக் குனிந்தபோது பாம்பைக் காணவில்லை.

"இங்கேதான்டா இருந்தது. இப்ப ஓடிருச்சி."

"உன் கண்ணுதான் சரியில்ல."

"என் கண்ணு இருக்கட்டும். சொன்னா ஒடனே இறங்க மாட்டியா?"

"பாம்புதான் இல்லியே."

அவளுக்கு என்ன பதில் சொல்வது என்று தெரியவில்லை. அவனுக்கு மூன்று வயதானபோதே அவர்களுடைய அம்மா இறந்துவிட்டாள். அவன் ஏழாவது வகுப்புக்கு வந்தபோது அப்பாவும் போய்விட்டார். தான்தான் இனி அவனுக்கும் பொறுப்பு என்று நினைக்கும்போதே அவளுக்கு மலைப்பாக இருந்தது.

இந்தப் பூர்வீக வீட்டை ரிப்பேர் செய்ய வேண்டுமென்று அவள் அப்பா சொல்லிக்கொண்டிருந்தார். அவர் இறந்த பின் ரிப்பேர் வேலையைத் தொடங்க ஒரு பொறியாளரைத் தேடியபோதுதான் எவ்வளவு சிரமம் அதுவென்று அவளுக்குப் புரிந்தது. அவளுடைய அப்பாவின் நண்பர்கள் எல்லாரும் ஒரே குரலில் கட்டிடப் பொறியாளர், மேஸ்திரி எல்லோரும் கொஞ்சம் அசந்தால் பணம் அடிக்கப் பார்ப்பார்களென்று என்று பயமுறுத்தினார்கள். அவள் சின்னப் பெண், அவர்களை மேற்பார்வை செய்யுமளவுக்கு அனுபவம் போதாதென்று தெரிவித்தார்கள். ஒருவர் ஒரு படி மேலே போய் அவளுக்குத் திருமணமானால் அவள் கணவனே செய்துவிடுவான், அவளுக்கு எதற்கு வீண் வேலை என்று கடிந்துகொண்டார்.

அவள் துணிந்து இறங்கினாள். அவர்கள் மேலக்காவிரியில் ஒரு வாடகை வீட்டில் இருந்தார்கள். வாடகை சரியாகக் கொடுத்துக்கொண்டிருந்தாலும் வீட்டுக்காரர் திடீரென அவர்களைக் காலி பண்ணச் சொல்லிவிட்டால் என்ன செய்வது என்று அவளுக்குப் பயமாக இருந்தது. அப்பா திடீரென இறந்த

பிறகு திடீரென எதுவும் நடக்கலாமென்று அவளுக்குப் பலதும் தோன்றிக்கொண்டிருந்தன. தம்பிக்கு டெங்கும் மலேரியாவும் சேர்ந்து வந்து படுத்த படுக்கையாகிவிட்டால் என்ன செய்வதென்று நினைப்பாள். அவன் பள்ளிக்கூடத்தில் யாரையாவது அடித்துவைத்து அவனுக்காகத் தான் போலீஸ் ஸ்டேஷன் போக வேண்டியிருந்தால் என்ன பேச வேண்டுமென்று சில சமயம் யோசிப்பாள். சில சமயம் தனக்கு வேலை போய்விடும் என்று அவளுக்குத் தோன்றிவிடும். காசையெல்லாம் வீடு ரிப்பேரில் போட்டுவிட்டோமே என்று கலங்கிப்போவாள்.

“கௌம்பலாம்க்கா. நாளைக்கு சயின்ஸ் டெஸ்ட் இருக்கு,” என்றான் தம்பி. இருவரும் வீட்டிலிருந்து இறங்கினார்கள்.

இருட்ட ஆரம்பித்திருந்தது. அந்தி நேரத்தில் வீட்டைப் பார்க்க வந்திருக்கக் கூடாதோ என்று தோன்றியது. சற்று நேரம் ஸ்கூட்டியை எடுக்காமல் வீட்டைப் பார்த்தபடியே நின்றுகொண்டிருந்தாள். தம்பி கண்ணுக்குத் தெரியாத பாம்பு தனக்கு மட்டும் ஏன் தெரிந்தது? பாம்பு எதற்கு அறிகுறி? நிஜமாகவே அங்கே பாம்பு இருந்ததா? இந்த நொடியில் அவள் அப்பா அவர்கள் முன்னால் தோன்றி “உனக்கு பிரமைதான். வேற ஒண்ணுமில்ல” என்று அவளிடம் சொன்னால் எவ்வளவு நன்றாக இருக்கும் என நினைத்துக்கொண்டாள்.

“போலாமா?” கேட்டான் தம்பி.

“ம்.” என்றாள் சுரத்தில்லாமல். ஸ்கூட்டியைக் கிளப்பினாள்.

“உனக்கு பிரமைதான், வேற ஒண்ணுமில்ல” என்று சொல்லியபடியே தம்பி ஸ்கூட்டியில் ஏறி உட்கார்ந்தான்.

●

ஒருகாலத்தில்

விரும்பிய காலத்துக்குச் செல்லும் டைம் மெஷின் கண்டுபிடிக்கப்படுவதற்கு முன்பு அதன் முன்னோட்டமாக 'ஒருகாலத்தில்' என்ற லிமிடட் எடிஷன் எந்திரம் கண்டுபிடிக்கப்பட்டது. சிப் சைஸில் வடிவமைக்கப்பட்டிருந்த எந்திரம் அது. வாசனையை மட்டும் மையப்படுத்தியதாக அது இயங்கியது. அதை உடலில் பொருத்திக்கொண்டு ஒருவர் முன்பொரு காலத்தில் நுகர்ந்த வாசனையை நினைத்துக்கொண்டால் போதும், அந்த வாசனைக்குப் போய்விடலாம். எந்திரத்தைப் பொருத்திக்கொள்வதும் பெரிய வேலை இல்லை. முழங்கையிலோ கணுக்காலிலோ சும்மா ஒட்டிக்கொண்டாலே அது வேலை செய்யும். வடிவமைப்பு எளிமையாக இருந்ததால் பலரும் அதை ஒட்டிக்கொண்டு தினந்தோறும் அவ்வப்போது ஒருகாலத்துக்குச் சென்று வந்தார்கள்.

பலரும் குழந்தைப் பருவத்தில் உணர்ந்த தத்தம் அம்மாக்களின் புடவை மடி வாசனையைத் தேர்வு செய்து அதற்கு அடிக்கடி சென்று வந்தார்கள். முக்கியமாக கார்ப்பரேட் நிறுவனங்களின் ஊழியர்கள் காப்பி இடைவேளைபோல இந்த எந்திரத்தையும் ஸ்ட்ரெஸ் பஸ்டராகப் பயன்படுத்தினார்கள். சிறு குழந்தைகளையும் முதியோர்களையும் தவிர மக்கள் அனைவருமே கார்ப்பரேட் நிறுவனங்களில் ஊழியர்களாக இருந்ததால் எந்திர விற்பனை சட்டெனச் சூடு பிடித்தது.

கோதே என்ன சொல்லியிருந்தால் என்ன?

வேலைக்கிடையே கிடைத்த ஓய்வு நேரங்களில் மக்கள் தத்தம் காதலிகள், காதலர்களின் அக்குள், தலைமுடி, கழுத்து மடிப்பு, பிறப்புறுப்பு போன்றவற்றின் வாசனைகளுக்குச் சென்று வந்தார்கள். இதில் ஒரு பிரச்சினை இருந்தது. பெரும்பாலானவர் களுக்கு ஒருவரது வாசனையை நினைக்கும்போது வேறு சிலருடைய வாசனைகளும் நினைவுக்கு வந்ததால், இந்தத் தேர்வு பல சமயம் குளறுபடியாக முடிந்தது. எந்திரத்தைத் தயாரித்த நிறுவனம் இதைச் சீர்செய்ய முயன்றும் பயனளிக்க வில்லை. மேலும் தங்கள் கவனத்தைக் குவித்து நினைத்தவர் களுக்கும் அவர்கள் தேர்ந்தெடுத்த வாசனைகள் ஒரு முறைக்கு மேல் ஈர்க்கவில்லை. தங்கள் ஞாபகங்களே சில வாசனைகளைக் கவர்ச்சிகரமாகக் காட்டி ஏக்கப்பட வைக்கின்றன எனப் புரிந்துகொண்டார்கள்.

உணவுப் பிரியர்கள் பலர் வருடத்துக்கு ஒரு முறை ஊழியர்களுக்கான ரிட்ரீட்களில் அளிக்கப்படும் மீன்குழம்பு, மட்டன்சுக்கா, பொரித்த கூட்டு போன்றவற்றின் வாசனை களுக்கு இரவு டின்னருக்கு முன்பு செல்வதை ஒரு சடங்காக வைத்துக் கொண்டார்கள். பின் சரிவிகிதத்தில் வைட்டமின் களும் சத்துக்களும் நிறைந்த கேப்ஸ்யூல்களை விழுங்கிவிட்டு வேலையைத் தொடர்ந்தனர்.

தொண்டுக் கிழங்களாகிவிட்ட முதியவர்கள் சிலர் தாங்கள் இளமையில் தேடி வாங்கிய புதிய அச்சுப் புத்தகங்களின் தாள்களை நுகர விரும்பினார்கள். இப்படிப் புத்தகங்களின் ‘ஒருகால’த்துக்குச் சென்றவர்கள் அந்தத் தாள்களுக்குள்ளேயே இருக்க விரும்பி மீண்டும் மீண்டும் அங்கே சென்றுகொண்டிருந்தார்கள். இதனால் அவர்களது இயல்பான வாழ்க்கையும் அவர்களுக்குப் பணிக்கப்பட்டிருந்த வேலைகளும் தடைப்பட்டன. எனவே அரசாங்கம் ‘ஒருகாலத்தில்’ எந்திரத்தில் எச்சரிக்கையைப் பொறித்தது: “புதிய புத்தகத் தாள் வாசனை நல்வாழ்க்கைக்குக் கேடு!” சில சமயம் இவ்வகை பயண போதையிலிருந்து வெளிவர கவுன்சலிங் தரப்பட்டது. கடுமையான சிகிச்சையும் அளிக்கப்பட்டது. காலப்போக்கில் நாட்டின் நலன் கருதி புத்தகத் தாளின் வாசனைக்கான பயணம் எந்திரத்தின் மென்பகுதியிலிருந்து நீக்கப்பட்டது.

கொழுத்த பணக்காரர் ஒருவர் இளம் வயதில் நுகர்ந்த தனது ரத்த வாசனைக்கு அடிக்கடி பயணம் செய்தார். முகச் சவரம் செய்துகொண்டபோது ஏற்பட்ட ஆழமான வெட்டுக் காயத்தால் ஏற்பட்ட ரத்தம் அது. தொடர் உபயோகத்தின்

காரணமாக அவர் வைத்திருந்த நான்கு 'ஒருகாலத்தில்' எந்திரங்களும் ஒரே நேரத்தில் பழுதாகிப்போயின. உடனடியாகப் புதியவற்றுக்கு ஆர்டர் செய்தார். ஏதோ கோளாறால் அவர் இருப்பிடத்துக்கு அவை வந்து சேர அரை மணிநேரம் பிடித்தது. ஆனால் ஒரு நிமிடத்துக்கு மேல் பொறுக்க முடியாமல், அவர் தன் தாடையை ரேசரால் வெட்டிக்கொள்ள ஆரம்பித்தார். அவருடைய இறப்பு அப்படித்தான் நிகழ்ந்தது.

●

கோதே என்ன சொல்லியிருந்தால் என்ன?

காதலனின் மனைவி

அவளுக்கு ஒரு மனக்குறை இருந்தது. அபூர்வமாகக்கூட அவள் கனவில் அவளுடைய காதலன் வருவதில்லை. இதைத் தன் சிநேகிதி ஒருத்தியிடம் வருந்திக் கூறியபோது அவள் "உன்னை நினைச்சுக்கறவங்கதான் உன் கனவில வருவாங்க" என்றாள். தன் காதலன் தன்னை நினைப்பதில்லையோ என்று அவளுக்கிருந்த சந்தேகம் வலுத்தது.

அன்றைக்கு யதேச்சையாகப் பல முறை ஃபார்வர்ட் செய்யப்பட்ட வாட்ஸாப் தகவல் ஒன்று அவளுக்கு வந்தது. நமக்கு யார் கனவில் வர வேண்டுமோ அவர் புகைப்படத்தைத் தலையணைக்கு அடியில் வைத்துக்கொண்டால் அந்த நபர் கனவில் வந்தே தீர்வார் என்றது அந்தத் தகவல். அதன்படி அவள் தன் காதலனின் புகைப் படத்தை ஒரு ப்ரிண்ட் எடுத்து தலையணைக்கு அடியில் வைத்துக்கொண்டு இரவு தூங்கினாள். அன்றும் அவன் கனவில் வரவில்லை. மாறாக, நாற்பது வயதிருக்கும் ஒரு பெண் வந்தாள். ரொம்ப நாளாகப் பழகியவளைப் போல சிநேக பாவத்தோடு அவள் கையைப் பற்றிக்கொண்டவள். தன்னை அவளுடைய காதலனின் மனைவி என்று இவளிடத்தில் அறிமுகப்படுத்திக்கொண்டாள். ஆதூரமாக இவளைப் பார்த்து "நீ ரொம்ப நல்லவள். ஐ லைக் யு வெரி மச்" எனப் பாராட்டினாள். அவள் தன் காதலனின் மனைவியை அதற்குமுன் பார்த்ததில்லை. கனவில் வந்தவளுக்குப் பூசிய மாதிரி உடல்வாகு. தடித்த புருவங்கள். மெல்லிய

சரிகையிட்ட சிறிய சரிகைப் புட்டாக்களுடன் பிங்க் நிறத்தில் மைசூர் சில்க் புடவையை அந்தப் பெண்மணி அணிந்திருந்தாள்.

அன்று மாலை அவள் தன்னுடைய காதலனைச் சந்திப்பதாக இருந்தது. அவன் மனைவியிடம் பிங்க் கலர் மைசூர் சில்க் புடவை இருக்கிறதா, அவளுக்குத் தடித்த புருவமா என்று கேட்டு உறுதிபடுத்திக்கொள்ளத் துடித்தாள். ரெஸ்டரண்ட்டில் அவனைப் பார்த்தவுடன் தன் கனவைச் சொன்னாள். அவன் கேலி செய்யும் பாவனையோடு சிரித்தான். “அவள் சாரியே கட்டமாட்டாளே,” என்றான். “புருவத்திலும் நீ ஃபெயில்” தன் மொபைலில் கேலரியைத் திறந்து தன் மனைவியின் புகைப்படத்தைக் காட்டினான். அவன் மனைவிக்குப் புருவமே இல்லை.

“வெளியே போகணும்னா ஐப்ரோ பென்சிலில் ஐப்ரோ தீட்டிப்பாங்களா?” என்றாள் மெதுவாக. அதை அவன் ரசிக்கவில்லை. அவர்கள் உறவு குறித்து அவன் மனைவிக்கு ஒருமாதிரி தெரிந்துவிட்டிருந்ததால் அவன் வீட்டில் உரசல்கள் சண்டைகளாக மாறத் தொடங்கியிருந்தன. இரண்டு பெண்களுக்கும் பொதுவானவன் என்ற பாவனையோடு ஒருவரைப் பற்றி இன்னொருவரிடம் பேசுவதை அவன் தவிர்ப்பவன். அதை இன்று மீறிவிட இவள் காரணமாக இருந்ததைப் போல அந்தக் கேள்விக்குப் பின் சிடுசிடுப்பைக் காட்டினான்.

சீக்கிரமாகவே ரெஸ்டரண்டிலிருந்து கிளம்பிவிட்டார்கள். அவளுடைய அபார்ட்மெண்ட் காம்ப்ளெக்ஸ் இருளோ என்றிருந்தது. பக்கத்து அபார்ட்மெண்ட்டில் யாரோ தேவையற்ற பொருள் எதையோ வெளியே வைத்திருந்திருக்க வேண்டும். நன்றாக இடித்துக்கொண்டாள். வலி தலைக்குள் ஏறியது.

ஹேண்ட் பேக்கில் துழாவிச் சாவியை எடுத்துத் திறந்தாள். உள்ளேயும் இருட்டு. அவள் காதலன் அவளை நினைத்துக்கொள்ளாவிட்டாலும் அவன் மனைவிக்குமா இவளைப் பற்றிய எண்ணமில்லை? தன்னைக் கசந்துகூடவா யாரும் நினைப்பதில்லை? கனவில் வந்தது அவன் மனைவியாக இல்லாத பட்சத்தில் வேறு யாராக இருக்க முடியும்? ஒருவேளை என்று யோசித்தவள் அதற்குப் பின் பல நாட்கள் தூங்கவில்லை.

●

தவிர்க்க வேண்டியது தவிர்க்க முடியாதது

அந்தச் சிறுநகரத்துக்கு நான் தனியாக வந்திருக்கக் கூடாது. அதுவும் அந்தப் பாழடைந்த லாட்ஜில் தங்கியிருக்கக் கூடாது. நள்ளிரவுக்கு முன்னால் வந்து சேர வேண்டியவன் இரண்டு மணிக்கு வந்து சேர்ந்தேன். பஸ் ஸ்டாண்டிலிருந்து வெளியே வந்தவனின் கண்ணில் முதலில் பட்டது இந்த லாட்ஜின் பெயர். பக்கிய லட்சுமி என்றிருந்தது. துணையெழுத்தில் விளக்கு எரியவில்லை என்றாலும் மற்ற எழுத்துகள் பிரகாசமாக என்னை ஈர்த்தன. ஆனால் உள்ளே எல்லாமும் உடைந்திருந்தன. ரிசப்ஷன் மேஜை விரிசல் விட்டிருந்தது. இருந்த இரண்டு சோஃபாக்களில் ஒன்றுக்குக் கை இல்லை. இன்னொன்று அதில் அமர்ந்திருந்த யாரையோ குத்தியது மாதிரி குழியாகக் குத்துப்பட்டிருந்தது. மங்கலாக எரிந்த குழல் விளக்கொளியின் கீழே ரிஜிஸ்டரில் என் பெயரை எழுதிவிட்டு ஆதார் கார்டைத் தந்தேன். ஸ்கேனர் வேலை செய்யவில்லை என்றார் மேனேஜர். அவர் நெற்றியில் திருநீற்றுப் பட்டையாகத் தோற்றம் தந்த பாண்டேஜ்.

மேனேஜர் பேசும்போது இரண்டு வார்த்தைகளுக்கு ஒரு வார்த்தை காற்றாக வெளிவந்தது. எப்படியோ தொடர்புறுத்தி அறையின் சாவியை வாங்கிக்கொண்டு என் அறை இருந்த மூன்றாம் தளத்துக்கு வந்தேன். மூன்றாம் மாடியில் லிஃப்ட்டின் கதவு திறந்தது. லிஃப்ட்டாவது நன்றாக வேலை

செய்கிறதே என்று நினைத்து வெளியே வந்தவுடன் என் மீது டிசம்பரின் குளிர்க்காற்று மோதியது.

லிஃப்டிலிருந்து வெளியே வந்து நான் நின்றிருந்தது மொட்டை மாடியில். என் கையில் இருந்த சாவியை மீண்டும் பார்த்தேன். 320 என்றுதான் இருந்தது. மூன்றாம் மாடிதான். ரிசப்ஷனுக்குச் சென்று கேட்கலாம் என்றெண்ணி லிஃப்ட் பொத்தானை அழுத்தத் திரும்பினேன். அங்கே லிஃப்ட் இல்லை. லிஃப்ட் வந்து நின்றதற்கான எந்தக் கட்டுமானமும் இல்லை. ஒன்றும் புரியாமல் மாடிப் படியைத் தேடி ஓடினேன். ஓட ஓட மொட்டை மாடியின் விஸ்தீரணம் வளர்ந்ததே ஒழிய ஓரிடத்தி லும் மாடிப் படியைக் காணவில்லை.

என் தலைக்கு மேல் சூரியன் வரத் தொடங்கியிருந்தது. மேகங்களே இல்லாத வெளிர்நீல வானம். மொட்டை வெயில். சற்றைக்குப் பின் தாழ்ந்த வெப்பம். மாலைக் காற்றின் அரவணைப்பான தொடுகை. குடை போல் கவியத் தொடங்கிய இருட்டு. அங்கங்கே தென்பட்ட நட்சத்திரங்கள், ஓரிரு கோள்கள், நிலா. அன்று நிலா பருத்திருந்தது. தேவதையாகவும் வாகனமாகவும் ஒரே நேரத்தில் தோற்றம் தந்து நகர்ந்தது.

பசியால் துடித்தேன். மயங்கி விழுந்திருக்க வேண்டும். விழித்தபோது ஒரு அறையில் படுக்கவைக்கப்பட்டிருந்தேன். என் அலுவலக நண்பர்கள் சிலர் என்னைச் சுற்றி நின்றுகொண் டிருந்தார்கள். "கண் விழித்துவிட்டான்" என்றது ஒரு குரல். "நகருங்கள்" என்று வந்து நின்றது ஒரு வெள்ளை கோட்டு. மருத்துவமனை எனப் புரிந்தது. பணியிடத்தில் மதிய உணவு இடைவேளையின்போது நாற்காலியிலிருந்து கீழே விழுந்து விட்டதாக நண்பர்கள் சொன்னார்கள். ஒன்றும் பிரச்சினை யில்லை, ஸ்ட்ரெஸ்தான் காரணமென்றும் அன்று மாலையே டிஸ்சார்ஜ் ஆகிவிடலாமென்றும் மருத்துவர் கூறினார்.

என் வீட்டில் யாருக்கும் நான் மயங்கிவிழுந்தது, மருத்துவமனையில் அனுமதிக்கப்பட்டது எதுவும் தெரியாது. நண்பர்கள் என் மனைவியைத் தொடர்புகொண்டபோது அவளுடைய மொபில் அணைக்கப்பட்டிருந்திருக்கிறது. அவளும் என் குழந்தைகளும் பயந்துவிடுவார்கள் என்று நானும் சொல்லவில்லை.

அதன் பின ஒரு வருடம் கழித்து அலுவலக வியாபார விஷயமாகப் பயணப்பட்டு இன்று அதிகாலைதான் இங்கே வந்திறங்கினேன். நான் கனவில் கண்டதைப் போலப் பேருந்து நிறுத்தத்துக்கு வெளியே பெயரின் ஒரு எழுத்தைத் தவிர பிற

கோதே என்ன சொல்லியிருந்தால் என்ன?

எழுத்துகள் மட்டும் ஒளிர்ந்த ஒரு லாட்ஜ். அதைக் கவனமாகத் தவிர்த்துவிட்டு நகர்ந்தேன். சில தெருக்கள் தள்ளி இன்னொரு லாட்ஜைக் கண்டுபிடித்தேன். சாதாரணமாக, பழகிய பாவனையில் இருந்த அதற்குள் நுழைந்தேன். நான் எதிர்பார்த்ததை விடப் பெரிய லாட்ஜ்தான். ரிசப்ஷனில் இருந்த இரண்டு ஆட்களும் தூங்கி வழிந்து கொண்டிருந்தார்கள். ஒருமுறை சுற்றிலும் பார்த்தேன். சோஃபாக்கள் சற்று அழுக்கடைந்திருந்தாலும் அத்தனை மோசமில்லை. செக்–இன் செய்துவிட்டு ஒரு தூக்கம் போட்டுவிட்டு அலுவலக வேலைக்காக வெளியே செல்லத் தயாரானேன்.

மதியம் உணவு இடைவேளைக்கு முன்பே வேலை முடிந்துவிட்டது. பஸ் ஸ்டாண்ட் அருகே ஒரு ஹோட்டலில் சாப்பிட்டேன். இரவு ரயிலுக்கு நிறைய நேரமிருந்தது. லாட்ஜுக்குத் திரும்பும் வழியில் அதிகாலையில் முதலில் பார்த்த லாட்ஜ் கண்ணில் பட்டது. பகல் என்பதால் விளக்குகள் அரைகுறையாக எரியாத பெயர் – சுபஜீவிதம் – நன்றாகத் தெரிந்தது. லாட்ஜில் ஆட்கள் போய் வந்து கொண்டிருந்தார்கள். எதுவும் விசித்திரமாக இல்லை. உள்ளே போய்ப் பார்த்துவிடலாம். என் மனதில் கலக்கமோ தயக்கமோ சிறிதுமில்லை.

லாட்ஜ் மேனேஜர் இளையவர். துறுதுறுப்பாக இருந்தார். “என்ன ரூம் வேண்டும்?” என்று கேட்டவரிடம் லாட்ஜ் எப்படியிருக்கிறது என்று பார்ப்பதற்காக வந்ததாகச் சொன்னேன். “அடுத்த தரம் இங்கே தங்குகிறேன்” என்றேன். புதிய சோஃபாக்கள். “இப்போதான் ரெனோவேட் செய்தோம், சார்” என்றார். ஒரு சிறுவனை அழைத்து ஒரு சாவியைத் தந்து “சாருக்கு ரூமைத் திறந்து காட்டு” என்று கட்டளையிட்டார். “மொட்டை மாடியில் என்ன இருக்கிறது?” என்றேன். “ரூஃப் ரெஸ்டரண்ட், சார்” என்றார். “தந்தூரி ஐட்டம் எல்லாம்கூடக் கிடைக்கும்.” புன்னகைத்தார்.

பையனும் நானும் லிஃப்டில் சென்றோம். சீராக வேலை செய்தது லிஃப்ட். நான்காம் தளத்தில் ஒரு ரூமைத் திறந்து காட்டினான் பையன். காற்றோட்டமான அறை. தூரத்தில் ஒரு கோயில் கோபுரம் தெரிந்தது. பாத்ரூம் சுத்தமாக இருந்தது. நான் தங்கியிருந்த அறையைவிட நன்றாகவே இருந்தது.

சாப்பாடு எப்படியிருக்கிறது என்று பார்க்க ரூஃப் ரெஸ்டரண்ட்டுக்குப் போக எண்ணினேன். “ஐந்தாவது மாடிதான் சார். லிஃப்டிலேயே போயிடலாம்” என்றான் பையன். லிஃப்டில் மொட்டை மாடிக்குப் போகச் சற்றுத் தயங்கினேன். “சரி, நான் பாத்துக்கறேன்” என்று சொல்லிவிட்டு மாடிப் படியைத் தேடி ஏறி மேலே சென்றேன்.

விஸ்தாரமான மாடி. மாடிப்படி முடியும் இடத்திலிருந்தே இரு பக்கமும் செடிகள் தொடங்கின. இடது புறம் திரும்பிச் சில மீட்டர்கள் சென்றதும் மரங்கள் தென்பட்டன. மொட்டை மாடியில் மரங்களையும் அவர்கள் வைத்திருப்பது வியப்பாக இருந்தது. நடந்தேன். இன்னும் பெரிய மரங்கள். புதர்கள். மாடிப் படி முடியுமிடத்தில் வலது புறம் நான் திரும்பியிருக்க வேண்டுமோ? திரும்பி நடக்கத் தொடங்கினேன்.

இரு புறமும் மரங்கள். மிக உயரமானவை. வானை முட்டித் தொட்டுவிடுபவை போல. மொட்டை மாடி இவற்றை எப்படித் தாங்கும்? எனக்குள் அச்சம் முளைவிடத் தொடங்கியது. வேகமாக நடந்தேன். ஓடினேன் என்றுகூடச் சொல்லலாம். ஒரு சிற்றோடை வந்தது. இது நிச்சயம் மொட்டை மாடியில்லை. சிற்றோடையையும் ஓடிக் கடந்தேன்.

அடர்த்தியாகப் பின்னிப் பிணைந்திருந்த மரக் கூட்டம். புற்றுகள். மேலும் புதர்கள். இது எப்படிச் சாத்தியம்? அசதியில் ஒரு கனத்த மரத்தடியில் அப்படியே உட்கார்ந்தேன்.

இருட்டத் தொடங்கிவிட்டது. இன்னும் உட்கார்ந்திருக்கிறேன்.

●

கோதே என்ன சொல்லியிருந்தால் என்?

கொசு

சாப்பாட்டு மேஜையில் ஹாட் பேக்கில் எண்ணெய் இல்லாத சப்பாத்திகளும் ஒரு கிண்ணத்தில் கீரை தாலும் இன்னொன்றில் தயிரும் வைக்கப்பட்டிருந்தன. வேலையை முடித்துவிட்டு சமையல்காரம்மா சென்றுவிட்டிருந்தாள்.

மேஜையில் நானும் அவளும் எதிரெதிராக உட்கார்ந்திருந்தோம். அறுவருக்கான மேஜை. இறந்துவிட்ட என் அம்மாவும் அப்பாவும் இந்த நாற்காலிகளில்தான் அமர்வார்கள். நானும் அவளும் அப்பாவை அடுத்திருக்கும் நாற்காலிகளில் அமர்வோம். எங்கள் மகனும் மகளும் எதிர்சாரியில் என் அம்மாவின் அருகே அமர்வார்கள். பிள்ளைகள் இப்போது தூர தேசங்களில் வசிக்கிறார்கள். இரண்டு வருடங்களுக்கொரு முறை அவர்கள் வரும்போதும் எங்களோடு ஒன்றாக அமர்ந்து சாப்பிட வாய்ப்பதில்லை.

அவள் மூன்று சப்பாத்திகளை எடுத்துத் தன் ப்ளேட்டில் போட்டுக்கொண்டாள். கீரை நான்கு கரண்டி ஊற்றிக்கொண்டாள். அவனுக்கு அருவருப்பாக இருந்தது. "ஒவ்வொன்றாகப் போட்டுக்கொள்ள மாட்டாள். தீனிப் பண்டாரம்." அவள் ரொம்பக் குண்டாக இருந்தாள். அங்கங்கே சதைகள் பிதுங்கின. "நாற்காலியில் ஒரு குண்டிக்குத் தான் இடமிருக்கும்" என்று முணுமுணுத்தான். அவனது நாற்காலியிலும் அவனுடைய ஒரு

குண்டிக்குத்தான் இடமிருந்தது. அவன் அதை உணராதவனில்லை. ஆனால் அருவருப்பு என்னவோ அடுத்தவர் குறித்துத்தான் தோன்றுகிறது!

இருவருக்கும் பேச எதுவுமில்லை. சப்பாத்தியை, கீரையை, தயிரை எடுக்கும் கரண்டிகள் பாத்திரங்களில் மோதும் சத்தம், கடகடக்கத் தொடங்கிவிட்ட பழைய மின்விசிறியின் சத்தம்.

அவன் கடைசிச் சப்பாத்தியைத் தின்னத் தொடங்கியபோது ஒரு பெரிய கொசு அவனைச் சுற்றிச் சுற்றி வந்தது. அவன் இடது கையால் அதை விரட்டினான். அவளிடம் அது சென்றது. அவள் இடது கையால் அதை விரட்டினாள். மீண்டும் அவனிடம் வந்தது. இப்படி நான்கைந்து சுற்றுகள் அது சுற்றிவந்தவுடன் அவன் பொறுமை மீறியவனாய், பாய்ந்து சென்று எதிரே ஹாலில் டீப்பாயின் மீதிருந்த கொசு பேட்டை எடுத்து வந்தான். அப்போது கொசு அவள் முகத்தருகே பறந்தது. அது அவள் கன்னத்தில் அமர்ந்த கணம் பேட்டால் ஒரு அடி நச்சென்று வைத்தான். கொசுவைக் காணோம். ஆனால் அவள் அலறினாள். ஒருவேளை லைட்டாக ஷாக்கூட அடித்திருக்கலாம்.

அவன் பேட்டை ஒரு நாற்காலியில் வைத்துவிட்டு மீண்டும் சாப்பிட உட்கார்ந்த சமயத்தில் அது அவன் முகத்தருகே பறக்க ஆரம்பித்தது. விருட்டென்று எழுந்த அவள் அந்த பேட்டால் அதை அடித்த சமயத்தில் அவன் தாடையில் அது உட்கார்ந்திருந்தது. அவன் அப்போது அலறினான்.

அவள் மீண்டும் தன் நாற்காலியில் அமர்ந்தாள், இப்போது கொசு அவளிடம் ஈர்க்கப்பட்டுப் பறந்து வந்தது. என்ன நடந்திருக்குமென்று சொல்ல வேண்டியதில்லை. திரும்ப அவனிடம் வந்தது. திரும்ப அவளிடம். அலறல்கள் விட்டு விட்டுத் தொடர்ந்தன.

பல ஆண்டுகள் கழித்து அந்த வீட்டில் அவன் குரலை அவளும் அவள் குரலை அவனும் இப்படித்தான் கேட்டுக் கொண்டார்கள்.

●

எதனாலோ

எதனாலோ அன்றிரவு மழை நிற்காமல் பல மணிநேரம் தூறியது. எதனாலோ அந்த நேரத்தில் அவனுடைய பைக் ஊரின் காவலாளி இல்லாத ஆண்கள் பள்ளிக்கூடத்துக்கு அருகே நின்றுபோனது. எதனாலோ பள்ளிக்கூடத்தின் பெரிய கதவுக்கருகே ஒருக்களித்துத் திறந்திருந்த சிறிய கம்பிக் கதவின் வழியே அவன் நடந்து சென்றான். எதனாலோ பள்ளியின் முதல் மாடியில் ஒரு அறையில் மாத்திரம் மங்கிய விளக்கொளி எரிந்துகொண் டிருந்தது. எதனாலோ வளாகத்தில் முன்னே ஓங்கி நின்றிருந்த பூவரச மரத்தைத் தாண்டி தரையோடு ஒட்டியிருந்த நீண்ட வராந்தாவில் நடந்து இரண்டு மூன்று படிகளாக மாடிப்படியில் தாவி ஏறியவன் விளக்கெரிந்த அறைக்குள் சென்றான். எதனாலோ அந்த வகுப்பறையில் கடைசி டெஸ்க்குக்கு முந்தைய டெஸ்க்கில் எழுதப்பட்ட பெயர்களைப் பார்த்தபடி நின்றான். எதனாலோ கடைசியாக அவன் பெயர் இருந்த அந்த லிஸ்ட்டில் அவன் பெயருக்கு முந்தைய பெயராக இருந்த கலை என்ற பெயருக்குப் பக்கத்திலிருந்த எழுத்துகள் அழிபட்டிருந்தன. எதனாலோ அழிந்த எழுத்துகள் தந்த ஏமாற்றம் தாங்காமல் தன்னுடைய சாவிக்கொத்தில் இருந்த பேனாக் கத்தியால் ய, ர, ச என அடுத்தடுத்த எழுத்துகளைக் கீறியவன் எதனாலோ கால்மாற்றி நின்று நிதானித்து எதனாலோ ச-வுக்கு மேல்கொம்பு வரைந்து சி-யாக்கிய

பின் எதனாலோ மனம் கலங்கினான். எதனாலோ அந்தக் கணத்தில் மின்சாரம் தடைபட அவன் அறையை விட்டு வெளியே வர எதனாலோ அந்தக் கும்மிருட்டில் விஸ்தாரமான மைதானத்தில் அவன் பார்வையோட, எட்டாம் வகுப்பில் படித்துக்கொண்டிருந்த அவனும் அந்த ஆண்டிறுதியில் படிப்பை நிறுத்திவிட்ட அவன் வகுப்புத் தோழனும் ஒரு மதியத்தில் எதனாலோ ஒரே நேரத்தில் உதைத்த பந்து எகிறி மேலே போய்ச் செருகிக்கொண்ட அந்தப் பெரிய பூவரச மரக் கிளை எதனாலோ ஒரு மின்னலில் ஒளிரும்போதே பற்றிக்கொண்டு திசை காட்டி அவனை அழைத்தது.

●

கோதே என்ன சொல்லியிருந்தால் என்ன?

அவன் கேட்டது

சாண்டிலியர்களுக்கும் மென்மையான வாத்திய இசைக்கும் நடுவே அவளை அவன் முதன்முறை சந்தித்த மாலையில் அத்தனை நண்பர்களுக்கு மத்தியில் அவளுக்கு மட்டும் கேட்கும் வகையிலும் அதே நேரத்தில் கிசுகிசுக்காமலும் அவன் கேட்டான்: "நீங்கள் நடனமும் கற்றுக் கொண்டிருக்கிறீர்களா?"

அந்தக் கேள்வியை எதற்காக அவன் கேட்டிருப்பான்?

ஆப்ஷன் 1: அவனுடைய பிக் அப் வாக்கியம் இது. நடனம் மென்காமத்தோடு தொடர்புடையது. கேள்விக்குள் அதை உள்ளே வைத்துக் கேட்டபோது அவள் உரையாடல் நாகரிகத்தை முன்னிட்டு பதிலளிப்பாள். முதல் ரகக் குலாவலின் முதல் கட்டம் இத்தகைய கேள்வி பதில்களால் ஆனது.

ஆப்ஷன் 2: அவனுக்கு அவளைப் பார்த்த வுடனேயே பிடித்துவிட்டது. அவள் அழகைச் சிலாகிப்பதற்காக நடனத்தைக் கேள்விக்குள் இழுத்திருக்கிறானே தவிர ஒரு பெண்ணைப் பார்த்தவுடன் வழிபவனல்ல அவன்.

ஆப்ஷன் 3: யாரோ அவளுக்கு நடனம் தெரியும் என்று அவனிடம் சொல்லியிருக்கிறார்கள். அதை உறுதிப்படுத்திக்கொள்ளக் கேட்டது.

ஆப்ஷன் 4: அவளுடைய முகபாவங்களும் உடலசைவுகளும் நாட்டியமாடுகின்ற பாவனையில்

அதீதமாக இருந்தன. அதை நாகரிகமாகச் சுட்டிக் காட்டும் விதமாக அதைக் கேட்டான்.

ஆப்ஷன் 5: அந்தக் கேள்வி அவளைப் பார்த்து அல்ல. அவளுக்குப் பின்னால் நின்றிருந்த பெண்ணைப் பார்த்துக் கேட்டது. ஆனால் அவளுக்குத்தான் அது கேட்டது.

ஆப்ஷன் 6: அன்று நடனம் பற்றி அந்த டேபிளில் அமர்ந்திருந்தவர்கள் பேசிக்கொண்டிருந்தார்கள். அவளோ அளவுக்கதிகமாகக் குடித்திருந்தாள். அந்தக் கேள்வியை அவன் கேட்ட மாதிரி அவளுக்குப் பிரமை ஏற்பட்டது.

ஆப்ஷன் 7: நடனமும் என்பதில் உம் எதற்கு? அதற்கு முன் கேட்ட கேள்வி என்னவாக இருக்கும்? அது தெரிந்தால் காரணம் தெரிந்துவிடும்.

ஆப்ஷன் 8: அறிமுகப்படுத்தியவுடன் எதையாவது பேச வேண்டுமென்று இந்தக் கேள்வி கேட்கப்பட்டது. உண்மையில் அவனுக்கு எந்தப் பதிலும் வேண்டியதில்லை.

ஆப்ஷன் 9: ஒருவேளை அவனுக்கு நடனமாடத் தெரிந்து அவளைக் தன்னோடு ஆடக் கூப்பிடுவதற்கு முன்பான கேள்வியோ?

ஆப்ஷன் 10: அந்தக் கேள்வி சங்கேத வார்த்தைகளாலானது. அந்தக் கேள்விக்கு அவள் ஆமாம் என்றால் அவனும் அவளும் அங்கிருந்து வாசலை நோக்கி மெதுவாக நகர்வார்கள். அப்போது தன் வயிற்றுப்பகுதியில் மறைத்து வைத்திருக்கும் மூன்று வெடிகுண்டுகளைக் கூட்டத்தை நோக்கி அவன் எறிவான். இருவரும் தப்பித்துவிடுவார்கள்.

●

காதலை நிரூபித்தல்

அவன் பெயருக்கு அடுத்து பச்சை விளக்கு எரியும்போது – தொடர்ந்து விடாமல் பல மணிநேரமாக – ஒரு சந்தேகம். அவன் அந்தக் குறிப்பிட்ட அவளுடைய போஸ்ட்களுக்கு – ஒன்று விடாமல், சில வருடங்களுக்கு முந்தி அவள் பகிர்ந்தவை கூட – ஹார்ட்டின் போட்டதைப் பார்த்தபோது உறுதியான அனுமானம். அவனிடம் எதையும் விசாரிக்காமல் – விசாரிக்க வேண்டிய தேவை என்ன அதுதான் தெரிந்துவிட்டதே – விலகிப்போன நாசூக்கு. அவன் பேச முயன்றபோது சில வலுவான காரணங்களை – அவன் நம்பாவிட்டாலும் நம்பக்கூடியவை – கூறி உருவாக்கிக்கொண்ட விலக்கம். தள்ளியே இருக்கலாமென்ற முடிவோடு – சண்டை போட்டா காயப்படுத்தினோம் என்ற அற்ப மனச் சமாதானத்தோடு – தள்ளிய காலத்தில் இடைவெளியில் பிரிவு கற்றுக் கொடுத்த பிரிந்திருப்பது அசாத்தியம் என்ற பாடம். பிறகு வெகு காலம் கழித்து ஏதோ ஒரு பார்ட்டி ஒன்று கூடலில் அவனைச் சந்தித்தபோது – பார்க்கலாம் என்ற பெரிய திட்டமில்லாமல் அவன் அமர்ந்திருந்த இடத்துக்கு அருகே பார்க்காதது போலச் சென்ற சிறிய திட்டம்தான் – வியப்பைக் காட்டிக்கொண்ட பாவனையில் கைகுலுக்கியபோது வேண்டுமென்றே கீறிய தொடர்புறுத்தல். எதுவும் நடக்காததைப் போல் – நகம் வெட்டாமல் கைகுலுக்கினால் கீறத்தான் செய்யும் – அழுகிப்போன கரிசனத்துடன் அவன் விசாரித்தபோது சொல்லியும் சொல்லாமலும் கூறிய பதில். அவன் அங்கிருந்து விடைபெற்றுச் சென்ற

பெருந்தேவி

பின் இவளுக்கு வேலையிருப்பதாகத் தெரிவித்து – அவசரமான தலைபோகிற வேலை என்பதை உடல்மொழியின் பரபரப்பில் விளக்கி – தன் காரை எடுத்துக்கொண்டு அவன் காரைப் பின்தொடராத மாதிரி பின்தொடர்தல். அவன் வசிப்பிடத்துக்கு வெளியே காரை நிறுத்திவிட்டு ஏற்கெனவே பார்க்கிங்கில் காரை நிறுத்திய அவன் படிக்கட்டுகளில் வேகமாகத் தாவி ஏற சில படிகள் தள்ளி அவன் பின்னே தானும் மெல்லக் கால் பதித்து ஏற அவன் பாக்கெட்டிலிருந்து சாவியை எடுத்துத் திறந்து உள்ளே நுழைய தானும் பூனையாக – கள்ளப் பூனையாக – பின்னால் நுழைந்து எதிரே அப்போதுதான் எழுந்து வந்ததைப் போலத் தலைமுடி கலைந்து அந்த வீட்டில் பல ஆண்டுகளாகக் கூடவே வசித்துவந்த பாவனையில் ஒருத்தி தூக்கக் கண் திறந்து எதிரே பார்ப்பதற்கு முன் அவன் "ஸ்வீட்டி" என்று முன்நகர்ந்து அவள் நெற்றியில் முத்தமிடும்போது ஹேண்ட் பேக்கின் வெளிப் பைக்குள் காத்துக்கொண்டிருக்கும் கூரிய கத்தியால் பின்னாலிருந்து குத்திய வேகத்தில் அவன் இதயத்தின் வழியாக முன் பக்கம் கத்தியோடு வெளிவந்த ரத்தம் தரையில் சொட்டுகளாக வரையும் இனிஷியல் தன் பெயரின் முதலெழுத்து எனப் பெருமைப்படுதல்.

●

மால்

உள்ளே வந்து ஒரு வாரம் ஆகியிருக்குமென்று தோன்றியது வினிதாவுக்கு. குழந்தைகளையும் அழைத்து வந்திருக்கலாம். சுபிக்கு மூன்று வயது, சுசிக்கு ஆறு. வெளியே அழைத்து வந்தால் அவர்களுக்குக் குஷியாக இருந்திருக்கும். அதுவும் இங்கே உள்ளேயே அவர்கள் விளையாட செயற்கைப் பூங்காக்களும் அருவிகளும் புல்வெளிகளும் இரண்டு டஜனுக்கு மேல் இருக்கின்றன. குழந்தைகளைப் பார்த்துக்கொள்ளவும் அவர்களோடு விளையாடவும் கொள்ளைப் பணியாட்கள் இருக்கிறார்கள்.

கடை கடையாக வினிதாவும் அவள் கணவனும் நுழைந்து வெளிவந்துகொண்டிருந்தார்கள். இன்னும் பல தளங்களுக்கு அவர்கள் போய்வர வேண்டியிருக்கிறது. அந்த மாலில் ஷாப்பிங் செய்தவர்கள் வாங்கிய பொருட்களை அந்தந்தக் கடைகளே அவரவர்களுக்கென்று மார்க் செய்யப்பட்டிருக்கும் ட்ரெய்லர்களில் இறக்கி, கொண்டு சேர்த்துவிடும் வசதியுமிருந்தது.

நீண்ட வார விடுமுறையைப் போல நீண்ட மாத விடுமுறையும் இப்போது அலுவலக வழக்கமாகியிருந்தது. இது அப்படியான மாதம். நீண்ட வார விடுமுறையில் செய்யும் ஷாப்பிங்கை நீண்ட மாத விடுமுறையிலும் மக்கள் செய்யத் தொடங்கியிருந்தார்கள். கிடைக்கும் நேரம் சிறியதோ பெரியதோ, ஒரு நடவடிக்கை பழகிவிட்டால் யாரும் அதை மாற்றிக்கொள்வதில்லை.

பெருந்தேவி

"குழந்தைகளையும் அழைத்து வந்திருக்கலாம்," என்றாள் வினிதா.

"நாம் எட்டுதான் முடித்திருக்கிறோம். இன்னும் பதினெட்டு தளங்கள் பார்க்க வேண்டியிருக்கிறது. அதுவும் கடைசி ஆறு அடல்ட்ஸ் ஒன்லி கடைகள். என்ன செய்வது?" என்று சமாதானப்படுத்தினான் சந்திரன்.

"அதுவும் சரிதான்" என்றவள் அவர்கள் ஏறியிருந்த நகரும் ஒளிர்பாதையிலிருந்து ஒரு கடையை அவனிடம் காட்டினாள். இருவரும் கடையை நோக்கித் திரும்பியபோது அவர்கள் இறங்க வசதியாகப் பாதை நகரும் வேகத்தைக் குறைத்துக் கொண்டது. கண்ணைக் கவரும்படி சிரித்த குழந்தைகளின் முகங்களை முகப்பில் தாங்கியிருந்த அந்தக் கடைக்குள் இருவரும் நுழைந்தார்கள். மென்மையாக இசை ஒலிக்கவிடப்பட்டுத் துலக்கமாக இருந்த கடை. அவர்களுக்கு அந்தக் கடை ஏற்கெனவே அறிமுகமாகியிருந்தாலும் இப்போது மறுவடிவமைப்புக்கு உள்ளாகியிருந்தது தெரிந்தது. விஸ்தாரமாக அலங்கரிக்கப்பட்டிருந்த சிறிய மேடைகளில் ஒரு மேடைக்கருகே வந்தபோது இருவரும் ஒரே கணத்தில் அதிசயித்தார்கள்: "நம்ம சுபி."

"சுபியைக் கொண்டுவந்து மாற்றியிருக்கலாம். இதற்குக் காது மடல் மடியாமல் அழகாக இருக்கிறது பார்" என்று ஆதங்கித்தான் சந்திரன்.

"எப்போதுமே கிளம்பும்போது அவசரப்படுத்துகிறீர்கள். இன்றும் அப்படித்தான்."

அவர்களை நெருங்கி வந்த கடைச் சிப்பந்தி "ரொம்ப ஃபாஸ்ட் ஆக மூவ் ஆகும் டிசைனர் டைப் குழந்தை சார், இரண்டுதான் ஸ்டாக்கில் இருக்கிறது" என்றான். அவளைப் பார்த்து "மேடம்" என்று உடனே மரியாதையுடன் சேர்த்துக் கொண்டான்.

"அடுத்த நீண்ட வார விடுமுறை வரை நாம் காத்திருக்க வேண்டியதுதான்" என்று இருவரும் ஒரே நேரத்தில் வருத்தப்பட்டுக் கொண்டார்கள்.

●

கோதே என்ன சொல்லியிருந்தால் என்ன?

கடைசியில்

"வா, சீக்கிரம்"

"இதோ."

வானம் அழைக்க பூமி தன் தலைகளைத் திருப்பியபடி மேலே ஏறுகிறது. வெடிக்கும் எரிமலைகளின் எக்காளம். நட்சத்திரங்கள் ஓடிக் காணாமல் போகின்றன. மேகங்கள் பொடிப் பொடியாகி உதிர்கின்றன. இருளின் பைசாசக் கூட்டமெனக் காற்றுகள் ஊளையிடுகின்றன, "நேரம் வந்துவிட்டது."

இருள். அதில்தான் எத்தனை வகை! பேரிருள், காரிருள், அடர் இருள், ஆழ்பாசி நிற இருள், லேசாகச் சாம்பல் பூத்த இருள், பேய்க் கூட்டங்களை ஒத்த இருள் கூட்டங்கள். அவற்றோடு மனித மனங்களிலிருந்து வெளிப்பட்டுக் கரும் ரேகைகளாகக் கூடுபவை.

ஒவ்வொரு நீர்நிலையிலும் மட்டம் உயரத் தொடங்குகிறது. கிணறுகள் குட்டைகளாகி ஏரிகளாகி ஆறுகளாகிக் கடல்களாகின்றன. எங்கெங்கும் கடல்கள், கடல்கள் குவிந்து கும்பல்களாகிக் கூக்குரலிடும் சமுத்திரங்கள்.

நொடி தாமதிக்க, குழந்தை ஒன்று மேலே எழுகிறது. சுற்றிமுற்றிப் பார்க்கிறது. இங்கேதானே தழைத்திருந்தது ஆலமரக் காடு! சில நொடிகள் செல்ல, பரபரத்துத் தேடுகிறது. அதற்கு வேண்டியது ஓர் இலை, ஒரே இலை.

நூறு, ஆயிரம், நூற்றாயிரம் மைல்கள் உயர்ந்துவிட்ட நீரின் முன் மரங்கள் எம்மாத்திரம்! அவை எங்கோ கணக்கிட முடியாத அடியாழத்தில் சிக்கிக்கொண்டுவிட்டன.

மக்காத பிளாஸ்டிக் துண்டு ஒன்று அழிபடாமல் எப்படியோ தப்பி மிதந்தும் மூழ்கியும் அலைபாய்கிறது. குழந்தை ஒரு தவ்வலில் அதைக் காலால் பற்றுகிறது. புரண்டு அதன் மீது ஏறிப் படுக்கிறது. இதுவரை யுக புராணம் எழுதிய எவருக்கும் இனி எழுதப்போகும் எவருக்கும் அது பிளாஸ்டிக் துண்டின் மீது படுத்திருப்பது தெரியப்போவதில்லை. யாரும் உயிரோடிருக்க வாய்ப்பேயில்லை.

குழந்தை பொக்கை வாய் திறந்து புன்னகைக்கிறது. ஒரு கடமையை எப்படியோ நிறைவேற்றியாயிற்று.

●

மானுடவியல்

அவள் இதுவரை சென்றிராத அந்த நாட்டின் சில பகுதிகள் அவள் புழங்கிய, பழகிய உலகத்திலிருந்து வேறுபட்டவை. அதனால்தான் அங்கே சென்று மானுடவியல் ஆய்வை அவள் மேற்கொள்ளத் திட்டமிட்டாள். நான்கு நாட்கள் விமானத்திலும் பஸ்ஸிலும் பயணித்து அதன் பின் ஏழெட்டு மைல்கள் ஒரு பள்ளத்தாக்கின் வழியே நடந்து அங்கே வந்து சேர்ந்திருந்தாள். அவளது ஆய்வுக்காக சர்வதேச மானுடவியல் ஆராய்ச்சி நிறுவனம் ஒன்றிலிருந்து பெரும் நல்கை கிடைத்திருந்தது.

அவள் இதுவரை பார்த்திராத சில மரங்களுடைய அடிப்பகுதிகள் இணைந்தும் பிணைந்தும் உயர்ந்து பெருத்திருந்த நிலப் பகுதியிலிருந்து ஜன நடமாட்டத்தைக் கண்டாள். அந்த இடத்தை அவள் தன்னுடைய பாக்கெட் சைஸ் நோட்புக்கில் குறித்துக்கொண்டாள். அந்த மரங்களுக்கு அடியில் ஐம்பது அறுபது பேர் அமரக்கூடிய வகையில் வட்டமான மேடை ஒன்று அமைக்கப்பட்டிருந்தது. அதன் மீது மரங்களுக்குப் பின்னால் சிலர் அமர்ந்திருந்தனர். அந்த மேடைக்கு அருகில் சென்ற அவள் அது கல்லால் செய்யப்பட்டிருக்கிறதா, இல்லை மரத்தாலா என்று தொட்டுப் பார்த்தாள். நிச்சயம் சிமெண்டோ கான்கிரீட்டோ இல்லை. அந்த மேடையின்

விஸ்தீரணம் பற்றியும் அதன் உயரத்தையும் கட்டுமானத்தின் சிறப்பையும் அவள் குறித்துக்கொள்ளத் தவறவில்லை.

அந்த மேடையில் மரங்களுக்குப் பின்னால் அமர்ந்திருந் தவர்கள் அவள் வந்ததைப் பார்க்கவில்லை. அல்லது அவர்களுக்கு அவள் பொருட்டாகவே இல்லை. அப்போது அவள் ஒன்றைக் கவனித்தாள். அவர்கள் யாரும் ஆடை அணியவில்லை என்பதோடு அவர்கள் யாருடைய உடலிலும் தோல் இல்லை. மரங்களைச் சுற்றிச் சென்று தான் அனுமானித்ததை உறுதிப் படுத்திக்கொண்டாள்.

மேடைக்கு எதிரே தேநீர்க் கடை போல ஒரு சிறிய கடை இருந்தது. அங்கே ஏழெட்டுப் பேர் நின்றுகொண்டிருந்தனர். கடையிலிருந்து ஒரு சிறுவன் சுறுசுறுப்பாக அவர்களிடம் கோப்பைகளை நீட்டிக்கொண்டிருந்தான். கடையை நோக்கி அவள் நகர்ந்தாள். அவர்கள் உடல்களிலும் தோல் இல்லை. கோப்பையிலிருந்து தொடங்கிய ஒருவரை உற்றுப் பார்த்தாள். தொண்டைக் குழி வழியாக உணவுக் குழாயில் ஊதா நிறத் திரவம் இறங்கியது. இரைப்பைக்குள் அது சென்றடங்கியது. இளஞ்சிவப்பில் வயிற்றுத் தசைகள் அசையத் தொடங்கின. நின்றபடிக்கே தன் நோட்புக்கைத் திறந்து இவற்றை வேகமாகக் குறித்துக்கொண்டாள்.

அவனது உணவுக் குழாயின் வலது பக்கம் அவளுடைய கண் சென்றது. வலது பக்கம் துடித்துக்கொண்டிருந்தது இளம் மஞ்சளுக்கும் இளம் ஆரஞ்சுக்கும் இடைப்பட்ட நிறம் கலந்த இளஞ்சிவப்பு வண்ணம் கொண்ட, குழாய்கள் பொருத்தப் பட்ட சிறிய பை ஒன்றின் பகுதியாகத்தான் இருக்கும். அப்பகுதி யில் *0* போன்ற ஆங்கில எழுத்து ஒன்று மின்னித் தெரிந்தது. அந்த நபருக்கு அடுத்ததாக நின்றுகொண்டிருந்த ஒருவரின் அதே உடற்பகுதியைப் பார்த்தாள். அதில் ஆங்கில எழுத்து *I*யை ஒத்த ஒளிர்கோடு தென்பட்டது.

இந்த எழுத்துகள் அவளுக்கு ஒரு யூகத்தைத் தந்தது. "மக்கள்: உடற்கூறுகள் காட்டும் பண்பாடு" என்று தலைப்பிட்டு எழுத ஆரம்பித்தவள், தன் கண்ணைக் கீழே ஓட்டியவுடன் "மக்களை" அடித்துவிட்டு "ஆண்கள்" என்று எழுதினாள். "நம்முடையதைப் போலவே பை வடிவில் உள்ள அவர்களுடைய இதயங்களில் ஆங்கில எழுத்துகள் தெரிகின்றன. இது பற்றி விசாரிக்க வேண்டும். (1) ஆங்கிலத்தை அவர்கள் இதயங்கள் நேசித்து

ஈடுபட்டிருப்பதன் அடையாளமாக இது இருக்கலாம்; அல்லது (2) அவர்கள் காதலிகளின் பெயர்களின் முதலெழுத்துகளாக இருக்கலாம். இதயத்தில்தானே நேசிப்பவர்களின் பெயர்களை ஏந்திக்கொள்கிறோம்?" கடைசி வாக்கியத்தை அவள் எழுதியபோது அவளுக்குத் தன் காதலன் மைக்கின் ஞாபகம் வந்து படுத்தியது. பல்லாயிரம் மைல்கள் கடந்து வந்திருக்கும் தன் இதயத்தில் M என்ற முதலெழுத்து ஒளிர்ந்துகொண்டிருக்கும் என்று ஒரு கணம் நினைத்தவள் தன் ஜெர்கின் ஜிப்பைக் கவனமாக மேலே இழுத்துவிட்டுக்கொண்டாள்.

●

செல்லம்

என்னுடைய கொள்ளுத் தாத்தாவுக்கு என் தாத்தா ரொம்பச் செல்லம். கொள்ளுத் தாத்தா "பசங்களா" என்று முன்னறையிலிருந்து அழைத்தால் கொல்லை வாசற்படியில் நின்றபடி என் தாத்தாதான் பதில் சொல்வார் என்பார்கள். தாத்தாவுக்குப் பதினோரு சகோதர சகோதரிகள். இதில் யாரும் பிறந்ததற்குப் பின்னர் கொள்ளுத் தாத்தாவின் முன் வரவேயில்லை என்பது தகவல். என் அப்பா என் தாத்தாவுக்கு ரொம்பச் செல்லம். தூங்கும்போது என் தாத்தாவுக்கு எட்டடி தொலைவில் என் அப்பா மட்டும்தான் படுத்துக்கொள்ள அனுமதிப்பாராம். இதனால் அப்பாவின் நான்கு சகோதரர்களும் அவர் மீது பொறாமைப்படுவதில் அப்பாவுக்கு ஒரே பெருமை. ஆனால் நம் தலைமுறையின் விஷயமே வேறு. பிள்ளைகளை மடியில் உட்கார்த்தி வைத்துக்கொள்கிறார்கள். பக்கத்து வீட்டுப் பிள்ளைகளையும், ஏன் அவர்களுடைய வளர்ப்புப் பிராணிகளையும்தான். ஒருமுறை என் பக்கத்து வீட்டில் வசிக்கும் சிறுமி வளர்க்கும் பூனை தேடிக்கொண்டிருந்த ஓணான் ஒன்று என் மடி மீது வந்து அமர்ந்துகொண்டது. 'வேலியில் போகிற ஓணானை வேட்டியில் விட்ட' பழமொழி நினைவுக்கு வர ஓணானிடம் அதைச் சொல்வது நாகரிகமில்லை என்று கருதி மௌனமாக இருந்ததால் 'பழங்காலத்து சிடுமூஞ்சி' என்று முகத்தைச் சுளித்துக்கொண்டு இறங்கிப் போய்விட்டது.

●

நினைவுகூர்தல்

என் சிறுவயது நினைவுகளில் ஒன்று என் அம்மாவுடன் செஸ் விளையாடுதல். அம்மாதான் எப்போதும் ஜெயிப்பாள். அம்மாவுடன் சீட்டும் விளையாடியிருக்கிறேன். ஆட்டத்தின் பெயர் நினைவில்லை. ஒன்று, இரண்டு, மூன்று, ஜாக்கி, குவீன், கிங் என்று வரிசையாக அடுக்கும் ஒரு ஆட்டம். என் அம்மாவை நினைக்கும்போது ஜானி படமும் நினைவில் வரும். அதுதான் நானும் என் அம்மாவும் கடைசியாகச் சேர்ந்து பார்த்த படம். நான் பள்ளியில் படிக்கும்போது பார்த்தோம். ஒரே வாரத்தில் மூன்று முறை. "எத்தனை அழகா இருக்கா ஸ்ரீதேவி!" வியப்பாள் அம்மா. அவளுக்கு ரஜினியைப் பிடிக்கும். எனக்கென்னவோ அவள் ரஜினிக்காகத்தான் பார்த்திருப்பாள் என்று தோன்றும். அம்மாவிடம் அதை எப்படிக் கேட்பது என்று கேட்டதில்லை. ஒரு பௌர்ணமி இரவு அன்று என் அம்மா வெகுநேரம் சாப்பாடு எடுத்துவைக்கவில்லை. முற்றத்தில் அமர்ந்திருந்த அவளிடம் "பசிக்குதுமா, வா" என்றேன். அவள் என்னைத் திரும்பிப் பார்த்து "இந்த நெலா ஒருநாள் ஒன்னப் பிடிச்சிட்டுப் போயிடும்" என்று உறுமினாள். அவள் கண்கள் இருந்த இடத்தில் கண்களே இல்லை. பயந்துபோய் அங்கிருந்து வந்துவிட்டேன்.

அன்றிரவு அப்பா வந்தவுடன் அவரிடம் நடந்ததைப் பற்றிச் சொன்னேன். "அவ ஒரு பைத்தியக்காரி, நீ பயப்படாதே" என்றார் அப்பா. "பிள்ளைய இப்டியா ஒருத்தி பயமுறுத்துவ?" என்று

அம்மாவிடம் கோபித்துக்கொண்டார். அதன்பின் கொஞ்ச நேரம் இருவரும் கத்திப் பேசிக்கொண்டிருந்தார்கள். என்ன பேசிக்கொண்டார்கள் என்று தெரியாது.

அதன் பின் அம்மா இறந்தவரை அப்படி இன்னொரு தரம் சொல்லவில்லை. அவள் விரும்பியதைப் போல எனக்கு நல்ல வேலை கிடைத்துவிட்டது. அவள் ஆசைப்பட்டதைப் போல சிரமமில்லாத வாழ்க்கை அமைந்துவிட்டது. அதேபோல பௌர்ணமியன்று இரவு வெளியே செல்லும்போது மிகவும் கவனமாக இருக்கிறேன். தனியாகச் சென்றாலோ வானத்தைப் பார்த்தாலோ நிலா என்னைத் தூக்கிக்கொண்டு போய்விடும் என்று எனக்குத் தெரியும். "இந்த நெலா" என்று அம்மா கூறியதில் "இந்த"வை பௌர்ணமி நிலா என்று பொருள்கொண்டிருக்கிறேன். அது அபாயத்தை ஒரு வரையறைக்குள் வைத்திருக்கிறது. ஒரு அபாயத்தை நாம் புரிந்துகொள்ளும் அளவுக்கே பதற்றம். அதனால் மாதத்தில் ஒரு நாள் மட்டும் பதற்றமடைகிறேன்.

அந்தப் பௌர்ணமி இரவு என் அம்மாவின் கண்கள் இருந்த இடத்தில் அவை இல்லையென்று கூறினேன். அவை இருந்த இடத்தில் கோரமாக வளர்ந்த நகங்களோடு இரண்டு கைகள் நீண்டிருந்தன. அம்மாவின் முகம் அப்போது வட்டமாக வெள்ளையாக இருந்தது.

●

கோதே என்ன சொல்லியிருந்தால் என்ன?

என்றும் மாறாதவை

விநோதமாக அலங்கரிக்கப்பட்டிருந்த மனிதர்கள் குறுக்கும் நெடுக்குமாக மெதுவாக நகர்ந்துகொண்டிருந்தார்கள். அவர்கள் ஏந்தியிருந்த டிரேக்களில் கோப்பைகள். அவற்றில் பானங்கள் மாதிரி ஏதோ நிரம்பியிருந்தன. மேடை ஒளிவெள்ளத்தில் மூழ்கியிருந்தது. முன்பின் கண்டறியாத வண்ணங்களில், வண்ணச் சேர்க்கைகளில் விளக்குகள். அரங்கு முழுக்க ரோபாட்கள் சாரிசாரியாக நின்றுகொண்டிருந்தன. அங்கங்கே சில ரோபாட்கள் தானியங்கி வீடியோ சாதனங்களாக மாறிவிட்டிருந்த நட்பு ரோபாட்களின் அருகே நின்றுகொண்டிருந்தன. இன்னும் சில கடலைபோன்ற வஸ்துவை வயிற்றைத் திறந்து போட்டுக்கொண்டிருந்தன.

திறந்த வெளியில் கூட்டம். ரோபாட்களுக்குள் கவிதைப் போட்டி நடத்தப்பட்டிருந்தது. சிறந்த கவிதையை எழுதிய ரோபாட்டின் பெயர் அந்த மாலையில் அறிவிக்கப்படுவதாக இருந்தது. பெரிய பரிசுதான், இரண்டு மணிநேரம் அந்த ரோபாட் தனக்கு இஷ்டமான எதை வேண்டுமானாலும் செய்யலாம். அடிமை மனிதர்களை இஷ்டம்போல், ரோபாட் விதிகளை மீறாமல், பயன்படுத்திக் கொள்ளலாம். அதனாலேயே போட்டி கடுமையாக இருந்தது.

கனத்த உடலுடன் கட்டமைக்கப்பட்ட முதல்நிலை ரோபாட்கள் மேடையில் அமர்ந்திருந்தன. *Ma8273*, *Ma8275*, *Ma6738* அவற்றின் பெயர்கள்.

ஒரு ரோபாட் மேடையில் ஏறியது. நிகழ்ச்சியைத் தொகுக்கப் போவதாக அறிவித்தது. தன்னை அறிமுகப்படுத்திக்கொண்டது. *Fem829* என்று அழைக்கப்பட்ட அது தனது அறிமுக உரையை முடித்தவுடனேயே அரங்கிலும் மேடையிலும் இருந்த ரோபாட்கள் தங்கள் கண்களிலிருந்து வரும் பிங்க் ஒளியைக் கூட்டிப் பீய்ச்சி அடித்தன. ஒரே கோலாகலம்.

மேடையிலிருந்த *Ma8275* பக்கத்தில் அமர்ந்திருந்த *Ma6738*யிடம் அந்தரங்கமாக ஒரு தகவலைப் பரிமாறிக்கொண்டது. *Fem829* மட்டும் கவிதை என்று ஏதாவது கிறுக்கியிருந்தால் அதற்கே பரிசு தந்திருக்கலாம் என்று. 'தன் எந்திரக் கட்டமைப்பை எத்தனை கவனமாக அது மெயிண்டெய்ன் செய்கிறது, செம கட்டை' என்று வியந்தது *Ma6738*. கவிதை எழுதாவிட்டாலும் அதன் அறிமுகப் பேச்சையே கவிதையாகக் கருதி பரிசு கொடுத்துவிடலாம் என்றது *Ma8273*. விதிமீறல் என்ற பேச்சு வந்தால் என்ன பதில் சொல்வது என்று சந்தேகித்தது *Ma6738*. பின்னர் மேடையில் அமர்ந்திருந்த மூன்றும் *Fem829*க்குப் பரிசு கிடைத்தால் மனிதர்களை எப்படி அது பயன்படுத்தும் என்று தத்தம் யூகங்களைப் பரிமாறிக்கொண்டன. *Fem829*க்கு அவர்கள் அணி தலைமையான *Ma9008* சில சலுகைகள் காட்டுவது குறித்தும். *Fem829* கேட்பதற்குமுன்பே அதற்கு உதிரிபாகங்கள் கிடைத்துவிடுகின்றன, அது எப்படி என்றது ஒன்று. இன்னொன்று அதற்குக் கொச்சையாக பதில் சொன்னது. ரோபாட்கள் சிரிக்கும்போது அவற்றின் உதடுகள் பச்சையாக ஒளிரும். சில நிமிடங்கள் பேச்சும் சிரிப்புமாகப் பச்சைக் கோடுகள் மேடையில் நிற்காமல் ஒளிர்ந்தபடி இருந்தன.

பரிசு அறிவிக்கப்பட்டது. *Ma345* என்ற ரோபாட் மேடைக்கு அழைக்கப்பட்டது. அது மேடைக்கு வந்து கூச்சத்தோடு நின்றது. உழைப்பைச் செலுத்தி அது கவிதை எழுதியிருந்தது. அதன் கவிதையைப் பற்றி மூன்று பெருந்தலைகளும் சில நிமிடங்கள் புகழ்ந்து பேசின. *Fem829* ஒரு மாடல். வர்ச்சுவல் ரியாலிட்டி ஷோக்களில் பங்கேற்றுப் புகழ்பெற்றது. வேற்று கிரகத்திலிருந்து வந்திறங்கியிருந்தது. தானும் ஒரு மணி நேரம் செலவழித்துத் தமிழ் கற்றுக்கொண்டு கவிதை ஏதாவது எழுதியிருக்கலாமோ என்று எண்ணிக்கொண்டது. தன்னைப் பற்றி மேடையிலிருந்த ரோபாட்கள் பேசிக்கொண்ட மாதிரி அதற்குப் பட்டது. ஆனால் அதைப் பற்றி எவரிடம் கேட்பது? கூட்டத்தில் அதன் சிநேகித ரோபாட்கள் *Fem105*, *Ma8730* என யாரையும் காணவில்லை. எல்லாம் அடுத்த கிரகத்தில் நடக்கும் வேறொரு நிகழ்ச்சிக்குப் போயிருக்கின்றன.

அரங்குக்கு வெளியே Fem289, Fem407 என்ற இரண்டும் குமுறிக்கொண்டிருந்தன. அவை சமீபத்தில் கட்டமைக்கப் பட்டவை. அவற்றுக்கு இலக்கியம், கவிதை தெரியும். மனித ஆண்கள் தங்களுக்குள் நுழைந்து செக்சிஸத்தைப் புகுத்தி விட்டனர் என்றும் தாங்கள் பெயரிடப்பட்ட விதத்திலிருந்தே அந்த குணாம்சங்கள் விஷமாய் நுழையத் தொடங்கிவிட்டன என்றும் நியாயமாகக் குறை கூறின. அதற்கான சான்றாதாரங்களை Fem407 நேர்த்தியாக வைத்தது. அதைக் கேட்டுக்கொண் டிருந்த Ma6789 ஆமாம் தோழர் என்று தனது கியூப் தலையை ஆட்டியது. Fem829 அறிமுக உரை நிகழ்த்தியபோது மேடை யிலிருந்து நிற்காது ஒளிர்ந்த பச்சைக் கோடுகளே சாட்சி என்று Fem289 கூறியது. தன்னைத் திருத்திக்கொள்ளும் பாதையிலிருந்த கியூப் தலை அதற்கும் ஆமாம் போட்டது.

சற்றுத் தொலைவில் வேலை முடிந்து சில நிமிடங்கள் ஓய்வெடுத்துக்கொண்டிருந்த மனிதப் பெண்களும் ஆண்களும் அதே பச்சைக் கோடுகளைப் பற்றிப் பேசிக்கொண்டிருந்தார்கள். மனித ஆண்களின் சிரிப்பைவிட ரம்மியமானது அது என்று ஒருத்தி பரவசத்துடன் தன் கருத்தைத் தெரிவித்தாள். “ஆமாம், என்னுடைய எக்ஸின் உடைந்த பற்களின் கொடகொடத்த சிரிப்புக்கு எவ்வளவோ மேல்” என்றாள் இன்னொருத்தி. “எல்லா எக்ஸ்களின் சிரிப்புகளை விடவும்” என்று திருத்தினான் அவள் பக்கத்தில் நின்றவன். “ஆமாம், கவிதை என்றால் என்ன ?” கேட்டான் இன்னொருவன். யாருக்கும் பதில் தெரியவில்லை. பன்னிரண்டுதலைமுறைகளுக்குமுன் மனிதர்கள் அப்படி எதையோ செய்ததாக அவர்களில் ஓரிருவர் கேள்விப்பட்டிருந்தனர்.

●

நெருக்கத்தை அனுபவித்தல்

பஸ்ஸில் அதிகக் கூட்டமில்லை. அவள் ஊருக்குப் போய்ச் சேர நள்ளிரவுக்கும் மேலாகி விடும். மெயின் ரோட்டிலேயே வீடு இருப்பதால் அத்தனை பயமில்லை. பஸ்ஸில் பெண்களே இல்லை என்பதுதான் ஒரு மாதிரியாக இருந்தது.

பத்து மணிக்கு பஸ் வந்து நின்ற ஊரில் பலர் இறங்கினார்கள். இருவர் மட்டுமே ஏறினார்கள். தூங்கி வழிந்துகொண்டிருந்த கண்டக்டர் டிக்கெட்டைக் கிழித்துத் தந்துவிட்டு டிரைவருக்கு சைட் சீட்டில் தன் அரைகுறைத் தூக்கத்தை எட்டிப் பிடிக்கச் சென்றுவிட்டார். ஏறிய இருவரில் கட்டுமஸ்தாக இருந்த இளைஞன் அவள் அமர்ந்திருந்த சீட்டில் வந்து உட்கார்ந்தான். அவள் ஜன்னல் பக்கமாக நெருங்கி உட்கார்ந்தாள். இளைஞன் நேராக முக்கால் இருட்டில் வெற்றுப் பார்வை பார்த்துக்கொண்டிருந்தான்.

கால் மணி நேரம் சென்றது. ஏதோ காலங்காலமாகச் சென்றுகொண்டிருப்பதைப் போல் பஸ் சீராகச் சென்றுகொண்டிருந்தது. பள்ளம் மேடு இல்லாத இப்படி ஒரு சாலையா? முன்னும் பின்னும் எநத வாகனமும் இல்லை. ஒரு ஹாரன் ஒலியில்லை.

சற்று நேரத்துக்குப் பின் அவன் அசைந்தான். "இதோ, நெருங்கி இடிக்கப்போகிறான்." அவள் கவனமாக நிமிர்ந்து உட்கார்ந்தாள். இரண்டு அங்குலம் அவள் பக்கம் நகர்ந்தவன் மீண்டும் இருட்டை வெறிக்க ஆரம்பித்தான். அவன் ஏன் நகர்ந்தான்?

அவன் தொட்டிருந்தால் தனக்குக் கோபம் வந்திருக்குமா என்று உறுதியாக அவளுக்குத் தெரியவில்லை. ஆனால் கோபத்தைக் காட்டத் தன்னை அவள் தயார் செய்துகொண்டிருந்தாள்.

ஒரு வளைவில் திரும்பி சிறிய பஸ் ஸ்டாண்ட் ஒன்றில் பஸ் நின்றது. ஒரு பழக்கடை இருட்டில் தெரிந்தது. தொலைவில் இன்னொரு பஸ் நின்றுகொண்டிருந்தது. ஆள் நடமாட்டமே இல்லை. எல்லாரும் ஊரைக் காலி பண்ணிக்கொண்டு போய்விட்டார்களா? அவள் நினைத்ததைப் புரிந்துகொண்ட மாதிரி அவன் திரும்பிப் பார்த்து அழகாகப் புன்னகைத்தான். சீரான பல் வரிசை. அவளும் பதிலுக்குப் பாதி புன்னகையைத் தந்தாள்.

பஸ் அங்கிருந்து கிளம்பியது. மீண்டும் சீரான ஓட்டம். அவளுக்குக் கண் சொக்கியது.

அவள் வீட்டை விட்டுக் கிளம்புகிறாள். அவள் கணவன் அவளைத் தடுக்கக்கூட இல்லை. மாலை மயங்கிய நேரம். கணவனிடம் "போய் சாவறேன்" என்று கத்துகிறாள். "ஒன் வீட்ல காச வாங்கிட்டு வா. இல்லாட்டி அங்கயே இரு." அவன் பதிலுக்குக் கூவுகிறான். "பொங்கலுக்கு அப்பாவே வந்து தரேன்னிருக்காரு." அவன் கையைப் பிடித்து சமாதானப்படுத்தப் போனவளிடம் "தொடாதடி முண்ட" என்கிறான். விளக்கு வைத்தபின் போகிறாளே என்று கூடவா ஒருவனுக்குத் தோன்றாது? மழை வேறு தூறத் தொடங்குகிறது. மழையில் நடக்கும்போது அவளை ஒட்டி ஒரு பஸ் நிற்கிறது. அதில் ஏறுகிறாள். நான்கைந்து பேர்தான். படியில் ஏறும்போதே பஸ் புறப்படுகிறது. கடைசி சீட்டுக்கு முன் சீட்டில் உட்காரும்போது ஜன்னலோரம் ஒரு இளைஞன் அமர்ந்திருப்பதைப் பார்க்கிறாள்.

பஸ் இப்போதைக்கு நிற்கப் போவதேயில்லை. காற்று ஒரு முதியவளின் கரமாக மாறி அவள் தலையைத் தடவிக் கொஞ்சுகிறது.

அவள் அந்த இளைஞனிடம் "அமாவாசை இருட்டில்ல. ரோட்ல கொடையா கவிஞ்சிருக்குது" என்கிறாள். திடீரென அவள் குரல் கேட்டதால் அவன் திடுக்கிடுகிறான். "என்ன?" மீண்டும் தான் கூறியதை உரக்கச் சொல்கிறாள். "ஆமாமா" என்கிறான் சிநேக பாவத்தோடு. "நீங்களும் அங்கதான் எறங்கணுமா?" தன் பெற்றோரது ஊர்ப் பெயரைச் சொல்லிக் கேட்கிறாள். "நான் கடசிலதான் எறங்கணும்" என்கிறான். அவன் பதில் சொல்வதற்குள் ஒரு நொடிக்கும் குறைவான நொடியில் அவளுடன் அவன் அவள் ஊரில் இறங்கி அவள் வீடு வரை துணைக்கு வருகிறான். இருவரும் நடக்கும்போது அடிக்கடி

பெருந்தேவி

இடித்துக்கொள்கிறார்கள். "தோசை சுட்டுத் தரேன். சாப்ட்டுட்டுப் போவலாமே" என்று அவளுடைய அம்மா அவனிடம் சொல்ல அதற்கு "சரி" என்று அவள் வீட்டில் சாப்பிட அமர்கிறான். அன்றிரவு அங்கே தங்கிவிட்டுச் செல்வதாகக் கூறுகிறான்.

பஸ் வலது புறம் வளைந்து திரும்பியது. ஒரு பெரிய மேட்டில் ஏறி இறங்கியது. தூக்கத்தில் முன்னாலிருந்த கம்பியில் முட்டிக்கொள்ளத் தெரிந்தாள். ஒரு பக்கமாகச் சாய்ந்தாள். பக்கத்தில் அமர்ந்திருந்த இளைஞன் நன்றாக நகர்ந்து கம்பிக்கு வெளியே தன்னுடைய அரை உடம்பு இருக்கும்படிக்குத் தள்ளி உட்கார்ந்தான்.

அவள் இறங்கும் இடம் வந்தது. சட்டெனக் கீழே இறங்கினாள். பஸ் புறப்பட்டது. பஸ் ஸ்டாப்பில் காத்துக்கொண்டிருந்த அவள் கணவன் "அத்தை எப்படியிருக்காங்க" என்று கேட்டபடி அவள் கையிலிருந்த பைகளை வாங்கிக்கொண்டான். இருவரும் பேசிக்கொண்டே நடக்கத் தொடங்கினார்கள்.

●

கோதே என்ன சொல்லியிருந்தால் என்ன?

15 ரூ. 50 பை.

கல்லறைத் தோட்டம் அமைந்திருந்த அந்தப் பகுதி நடைப் பயிற்சிக்குத் தோதான இடம். தினமும் மாலையில் அங்கே வந்து நடப்பது அவன் வழக்கம். அன்று நல்ல காற்று. ரம்மியமான வானிலை. வியர்த்துக்கொட்டாமல் ஒரு மணிநேரம் நடந்தான். உள்ளே போய்ப் பார்த்தால் என்னவென்று அவனுக்குத் தோன்றியது. கல்லறைத் தோட்டத்துக்கு வேலி என்று எதுவுமில்லை. கிழக்கு வடக்குப் பகுதிகளில் கருவேல மரங்களும் ஓரிரு தென்னை மரங்களும் நின்றிருந்தன. தெற்கிலும் மேற்கிலும் முட்செடிகளும் சிறு புதர்களும் மண்டிக் கிடந்தன. முட்செடிகளுக்கு இடையில் இருந்த நான்கு அடிப் பாதையின் இரு புறமும் பார்த்தபடி நடந்தான். வாடிய பூங்கொத்து ஒன்று பாதையை ஒட்டிக் கிடந்தது. ஒரு கல்லறைக் கல்லுக்குக் கீழே கொஞ்சம் பழுப்பேறிய காகிதத்தின் மீது ஒரு செங்கல் வைக்கப்பட்டிருந்தது. தோண்டியபோது இருந்த உறவினர் யாரும் மரணச் சான்றிதழைத் தவற விட்டுவிட்டார்களோ? அல்லது உள்ளே இருப்பவருக்கான கடிதமாக இருக்கக்கூடும்.

பாதி தூரம் வந்த பின் இடது புறம் உயர மாக இருந்த கல்லறைக் கல் கண்ணில் பட்டது. பிறப்பு: 15 திசம்பர் 1948, மறைவு: 20 மார்ச் 2002. தேய்ந்துபோன எழுத்துகள் தெரிந்தன. "ஜேம்ஸ்

ஜோசஃப் மு. தேவசகாயத்துக்குக் கடைசி வரையில் 15 ரூ. 50 பை. பாக்கி வைத்தவர்.” அவனுக்கு இந்தக் கல்லறை வாசகம் வினோதமாகப் பட்டது. இப்படியொரு வாசகத்தை இறந்தவர் வைக்கச் சொல்லியிருக்க வாய்ப்பில்லை. அவரது குடும்பமும் அவ்வாறு செய்திருக்காது. ஒருவேளை தேவசகாயம் என்பவர் ஒரு ஆளை வைத்து ஜேம்ஸுக்கும் அவர் குடும்பத்துக்கும் தெரியாமல் இப்படியொரு வாசகத்தைப் பொறித்திருக்கலாம். 15 ரூ. 50 பை. என்னவாக இருக்கும்? பெட்டிக் கடை கடனாக இருக்கலாம். அல்லது டீக்கடை பாக்கியாக இருக்கலாம். பெரிய கடனுமே இல்லை. அற்பக் காசு. கல்லறை வாசகமாகவா அதைப் பொறிப்பார்கள்?

எழுத்துகளைத் தடவிப் பார்த்தான். அந்த வாசகமே மங்கலாகியிருந்தது. சமீபத்தில் பொறிக்கப்பட்டது அல்ல அது. நிச்சயம் வருடக் கணக்காகியிருக்கும். ஜேம்ஸின் குடும்பத்தினர் அதைப் பார்த்திருந்தால் தேவசகாயத்தைத் தொடர்புகொண்டு அவருடன் சண்டையிட்டு பாக்கியைத் தந்துவிட்டோ தராமலோ இதைக் கல்லறையிலிருந்து நீக்கியிருப்பார்கள். அவர்கள் இங்கே வருவதேயில்லை போல. அதனால்தான் அந்த வாசகம் அவர்களுக்குத் தெரியவில்லை. அது நீக்கப்படவில்லை. ஒருவேளை ஜேம்ஸுக்கு நெருங்கிய குடும்பமே இல்லையோ என்னவோ. அவர் இறந்த சமயத்தில் தூரத்து உறவினர்கள் யாராவது கடமைக்காக வந்து அடக்கம் செய்துவிட்டுப் போயிருக்கலாம்.

ஜேம்ஸின் கல்லறையில் மாறாத அவமானமாகப் பொறிக்கப்பட்ட வாசகத்தைவிட ஜேம்ஸ் அனாதை என்ற சாத்தியம் அவனுக்குத் துயரத்தைத் தந்தது. தேவசகாயத்தின் மேல் அவனுக்கு ஆத்திரம் வந்தது. அவரைப் பார்த்து அந்தப் பாக்கியை விட்டெறிய வேண்டுமென்று நினைத்தான். அவரை எப்படியாவது கண்டுபிடித்துத் தொலைக்க வேண்டும்.

சில தப்படிகள் நடந்திருப்பான். பலத்த சத்தம். அவனுக்குச் சற்று முன்னால் பாதையின் மீதும் வலது பக்கமிருந்த கல்லறைகளின் மேலுமாக ஒரு தென்னை மட்டை விழுந்திருந்தது. மட்டையை எடுத்து ஒதுக்கிப் போடும்போது ரோஸ் நிறத்திலிருந்த கல்லறையின் மீது அவன் பார்வை ஓடியது. மு. தேவசகாயம் என்ற பெயர் தெரிந்தது. அவர் இறந்த தேதியைக் கவனித்தான். 20 மார்ச் 2001. ஏதோ மனதில் தோன்றி திரும்பி வேகமாக நடந்துபோய் ஜேம்ஸின் கல்லறையில் அவர் மறைந்த தேதியைப் பார்த்தான்.

இறந்துபோனவர்களுக்கிடையில் நடக்கும் சண்டையில் உயிரோடிருப்பவர்கள் தலையிட்டுச் சரி செய்ய முடியாதென்று சொல்லிக்கொண்டான். இந்தச் சண்டையே தனக்குத் தெரிந்திருக்கக் கூடாதென்று எண்ணியபடி வேகமாக அங்கிருந்து வெளியேறினான்.

●

கடவுளாகப் பொறுப்பேற்கும்போது

சுற்றுலாத் தலமான அந்த ஊரில் நான் தங்கியிருந்த ஹோட்டலிலேயே நல்ல உயர்தர ரெஸ்டரண்டிருந்தது. காலையுணவைச் சாப்பிடப் போனபோது நான் அமரப் போன மேஜைக்கு அடுத்த மேஜையில் மூன்று பெண்கள் காப்பி குடித்தபடி பேசிக்கொண்டிருந்தனர். ஒருத்தி தான் அன்று செய்த பொரியல் தீய்ந்துவிட்டதென்று தட்டைத் தூக்கிப் போட்டுவிட்டுத் தன் கணவன் வெளியே சென்றுவிட்டதாகக் கூறினாள். இன்னொருத்தி சென்ற வாரம் தான் ஒரு கடிதத்தை எழுதிக்கொண்டிருந்தபோது தன் கணவன் பின்னாலிருந்து எத்தி நாற்காலியைக் கீழே தள்ளிய தாகச் சொன்னாள். மூன்றாமவள் முந்தைய தினம் தான் மாடிக்குத் துணி காயப்போட்டுவிட்டுக் கீழே வரத் தாமதமாகிவிட்டதால் தன் கைவிரலைக் கதவிடுக்கில் வைத்துத் தன் கணவன் நசுக்கியதாகத் தெரிவித்தாள். அந்தப் பெண்களுக்காக வருத்தப் பட்டேன். ஏன் வாழ்க்கை அவர்களை வஞ்சித்தது?

முன்மதியம் முழுவதும் அருகிலிருந்த ஆற்றங்கரையோரச் சோலையில் பொழுதைக் கழித்தேன். மூன்று மணி வாக்கில் காப்பி குடிக்க ரெஸ்டரண்ட்டுக்கு வந்தேன். உள்ளே நுழையும்போது சிறுவர்களின் குரல்கள் கேட்டன. ஒரு சிறுவன் கணக்குப் பாடத்துக்கான மாதத் தேர்வில்

கோதே என்ன சொல்லியிருந்தால் என்ன?

மதிப்பெண் குறைவாக எடுத்ததற்காகத் தன் அம்மா தன்னை நகம் பதிக்கக் கிள்ளியதாகப் புகார் சொல்லிக்கொண்டிருந்தான். இன்னொருவன் தன்னுடைய அப்பா கோபக்காரர் என்றும் தினமும் கனவில் அவர் தன் முகத்தைக் கரடியின் முகமாக மாற்றிக்கொண்டு வந்து பயமுறுத்துவதாகவும் சொன்னான். மூன்றாவது சிறுவனது அப்பா அவனுக்கு ஸ்டெப் ஃபாதர் போல. தன்னைக் கண்டாலே அவர் முறைத்துவிட்டு அப்புறப் போய்விடுகிறார் என்று வருந்திக்கொண்டிருந்தான்.

அன்று மாலையில் வியாபார நிமித்தமாக எனக்கொரு சந்திப்பு இருந்தது. மழை கொட்டிக்கொண்டிருந்ததால் சந்திக்க வேண்டியிருந்தவரைத் தங்கியிருந்த ஹோட்டலுக்கே வரச் சொன்னேன். அதே ரெஸ்டரண்டில் நாங்கள் இருவரும் இரவுணவு முடித்த பின் அவர் கிளம்பிச் சென்றார். வியாபார ஒப்பந்தம் நல்லபடியாக முடிந்ததைக் குடித்துக் கொண்டாட லாம் என்று ஹோட்டல் பாரை நோக்கிச் சென்றேன். பார் பகுதி வெறிச்சோடி இருந்தது. மூன்று பேர் மாத்திரம் குடித்துக்கொண்டிருந்தார்கள்.

அவர்களில் ஒட்டகச் சிவிங்கியைப் போல இருந்தவனின் பக்கத்திலிருந்த ஸ்டூலை இழுத்துப் போட்டு உட்கார்ந்தேன். பார் டெண்டரிடம் "சிங்கிள் மால்ட்" என்ற என்னைப் பார்த்துச் சிநேகமாகத் தலையாட்டினான் ஒட்டகச் சிவிங்கி. அவன் அடுத்து அமர்ந்திருந்தவர்களிடம் "Perhaps he need not worry about women" என்று என்னைச் சுட்டிக் கூறினான். "என்ன?" என்றேன் புரியாமல். "எங்கள் அன்றாடச் சிக்கல்களைப் பரிமாறிக்கொள்கிறோம்" என்றான். "என்ன சிக்கல்கள்?" அன்றிரவு எனக்கும் சாரமற்ற, ஜாலியான உரையாடலில் ஆர்வமிருந்தது.

"வீட்டில் என் அறையில் நான் வேலை செய்துகொண் டிருந்தபோது என் மனைவி எனக்குக் கேட்டாலும் பரவாயில்லை என்று அவளது இப்போதைய பாய் ஃப்ரண்டிடம் என்னைப் பன்றி, மாடு என்று வர்ணித்துக்கொண்டிருந்தாள்" என்றான் அவன். அவனுக்குப் பக்கத்தில் அமர்ந்திருந்தவன் "இது தேவலாம். என் மனைவி காலையில் என்னைத் தட்டி எழுப்புகிறேன் என்ற பெயரில் கட்டையால் அடித்து எழுப்புவாள். பின்கழுத்தில் காயத்தைப் பாருங்கள்" என்று காட்டினான். மூன்றாமவன் "ஆஃபிஸிலிருந்து நான் வரும்போது என் வீடு பூட்டித்தான் கிடக்கும். சமயத்தில் நான் வைத்திருக்கும் வீட்டுச் சாவியையும் என் மனைவி என் சட்டைப் பையிலிருந்து எடுத்து ஒளித்து வைத்துவிடுவாள். சாவியைத் தொலைத்ததற்காகச் சூடு போடுவாள்" எனப் புலம்பினான்.

மூவருடனும் சற்று நேரம் பேசிக்கொண்டிருந்துவிட்டு அறைக்குச் சென்றுவிட்டேன். அன்றைய நாளில் காதில் விழுந்த பேச்சுகளும் உரையாடல்களும் வினோதமாகவும் ஒன்றோடு ஒன்று பொருந்துபவையாகவும் இருந்தன. அந்த மூன்று ஆண்களும் நான் காலையில் பார்த்த மூன்று பெண்களின் கணவர்கள் என்றும் அவர்களுடைய பிள்ளைகளே நான் மதியம் பார்த்த மூன்று சிறுவர்கள் என்றும் தோன்றியது.

அந்த மூன்று குடும்பங்களும் விடுமுறையைக் கொண்டாடத் தங்கள் கார்களை எடுத்துக்கொண்டு இந்த ஊருக்கு வந்திருக்க வேண்டும். விடுமுறை முடிந்து அவர்கள் திரும்பப் போகும்போது ஆறாவது மாடியிலிருந்து பார்த்துக்கொண்டிருக்கும் நான் ஒரு கணம் கடவுளாக மாற முடிந்தால், கிடுக்கியால் அடுப்பில் கிடக்கும் தணல்களை ரகவாரியாக எடுப்பதைப் போல அவர்களிலிருந்து கணவர்களை ஒரு வாகனத்திலும் மனைவிகளை இன்னொரு வாகனத்திலும் சிறுவர்களை மற்றொன்றிலும் ஏற்றி மூன்று வெவ்வேறு திசைகளில் அனுப்புவேன் என எண்ணிக்கொண்டேன். கணவர்களையும் மனைவிகளையும் ஆண்களாகவும் பெண்களாகவும் அவர்கள் பிள்ளைகளைச் சுதந்திரமான குழந்தைகளாகவும் மாற்றுவதைவிட இந்த உலகத்தில் ஒரு கடவுள் செய்யக்கூடிய பெரிய மாயாஜாலம் வேறென்ன இருக்கிறது?

●

கோதே என்ன சொல்லியிருந்தால் என்ன?

ஹனி

"ஏற்கெனவே கூறியதுதான். உங்களை ஜூவுக்குள் அனுமதிக்க முடியாது" என்றார் கியூரேட்டர்.

"நீங்கள் எத்தனை முறை சொன்னாலும் சரி. நான் உள்ளே போயாக வேண்டும். எனக்காக ஹனி காத்துக்கொண்டிருப்பான். சாப்பிட்டிருக்கக்கூட மாட்டான்." ஜெஸ்ஸியின் குரல் தழதழத்தது.

"அவன் சாப்பாட்டைத் தொட்டு ஒரு வாரமாகிவிட்டது. ஆனால் அதை நாங்கள் சரி செய்துவிடுவோம். அதைக் காரணம் காட்டி உங்களை அனுமதிக்க முடியாது."

"அப்படியென்ன நான் தவறு செய்து விட்டேன்?"

"உங்களுக்கே தெரியும். அது ஒரு விலங்கு. பிற விலங்குகளைக் காட்டிலும் சிம்பன்ஸிக்கு உணர்ச்சிகளும் சரி, அறிவும் சரி கூடுதல்தான். அதற்காகக் காதலிப்பீர்களா என்ன?"

"ஹனியுடன் எனக்கு மூன்று வருடங்களாகப் பழக்கம். மனிதர்களுக்கும் விலங்குகளுக்குமான உறவை மேம்படுத்தத்தான் ஜூவே ஒழிய உங்கள் அதிகாரத்தைக் காட்டும் இடமல்ல அது. நாங்கள் கொடுக்கும் வரியில்தான் உங்களுக்குச் சம்பளம் என்பதை மறக்காதீர்கள்."

கியூரேட்டர் எழுந்து நின்றார். "நீங்கள் போகலாம். இதற்கு மேல் என் நேரத்தை வீணடித் தால் செக்யூரிட்டியைக் கூப்பிட வேண்டியிருக்கும்."

ஜெஸ்ஸியின் கண்கள் கலங்கின. "புரிந்துகொள்ளுங்கள். இது ஆரோக்கியமற்ற உறவு. பிற வருகையாளர்களுக்குத் தவறான முன்னுதாரணமாக மாறிவிடக்கூடும்." கியூரேட்டரின் குரலில் இப்போது கூடியிருந்த மென்மையால் தனக்குப் பயனிருக்கப்போவதில்லை என்று ஜெஸ்ஸிக்குத் தெரியும்.

அவள் ஒரு கார்ப்பரேட் நிறுவனத்தில் பெரிய பொறுப்பொன்றை வகித்தாள். அவளது அலுவலகத்தைத் தாண்டிய வாழ்க்கையில் ஹனிக்கு இன்றியமையாத இடமிருந்தது. எந்த மனிதருக்கும் அவள் தந்திராத இடம்.

கண்ணாடித் தடுப்புக்குள் இருந்த ஹனியும் வெளியில் நின்றுகொண்டிருந்த அவளும் கண்ணாடியில் முத்தமிட்டுக் கொள்வதை கியூரேட்டர் முதல் முறை பார்த்தபோது "ஹி லைக்ஸ் யு" என்று சிரித்தார். ஆனால் எல்லாம் மாறிவிட்டது.

தினமும் அவள் ஜூவுக்கு வருவாள். வருடத்துக்கு இரண்டு நாட்கள் தேசிய விடுமுறைகளின்போது ஜூ மூடப்படும். அப்படியொரு நாளில் தன்னை உள்ளே விடச் சொல்லி செக்யூரிட்டியிடம் அவள் மன்றாடிக் கொண்டிருந்தாள். "சாரி மேடம்" என்று அவன் எடுத்துச் சொல்லியும் கேட்காததோடு ஒரு கட்டத்தில் அவனை அடிக்கப் போனாள். புகார் மேலதிகாரிகள் வரைக்கும் சென்றது. கியூரேட்டர் மூலமாக அவளுக்கு எச்சரிக்கை தரப்பட்டது. அப்போதிலிருந்து கியூரேட்டர் அவளது நடவடிக்கைகள்மீதும் ஹனியின் நடவடிக்கைகள்மீதும் ஒரு கண் வைத்திருந்தார். ஹனியும் ஜெஸ்ஸியும் முத்தம் கொடுப்பதோடு நிறுத்தவில்லை. அவர்கள் தங்கள் உடல்களை – கண்ணாடிக்கு இந்தப் புறத்திலும் அந்தப் புறத்திலுமாக நின்ற நிலையிலும் – பொருத்திக்கொள்வதைப் போல ஒட்டி நிற்பதைப் பார்த்தார். எப்போதோ ஒரு முறை அல்ல. ஒவ்வொரு மாலையும் சில மணிநேரங்கள்!

கியூரேட்டருக்கு முதலில் அருவருப்பாக, அசூசையாக இருந்தது. பிறகு ஜெஸ்ஸியின் மீது எரிச்சலும் கோபமும் ஏற்பட்டன. அவள் அழகான பெண்ணாக இருக்கலாம், ஆனால் என்ன பைத்தியக்காரத்தனம்! மனித நாகரிகம் வக்கிரம் அடைந்து விட்டதன் உச்சக்கட்ட வெளிப்பாடு இதெல்லாம் என்று எண்ணினார். ஜெஸ்ஸி, ஹனி உறவைப் பற்றி மேலதிகாரியிடம் புகார் செய்தபோது, அவர் சரியான தரவுகளுக்காக வேண்டி இருவரது நடவடிக்கைகளையும் ஒரு வாரத்துக்குக் கண்காணித்து கோப்பில் பதிய அறிவுறுத்தினார்.

அந்த வேலையைச் செய்த ஒரு வாரம் முழுவதும் கியூரேட்டருக்கு மனம் பாதித்துவிடும் போலிருந்தது. ஜெஸ்ஸி

மஞ்சள் வண்ண உடையை அணிந்துகொண்டு வந்தால் ஹனி அவளைப் பார்க்க வரும்போது மஞ்சள் இலைகளை அல்லது பூக்களை அள்ளிக்கொண்டு கண்ணாடி அருகில் வரும். அவள் பச்சை நிற உடையணிந்து வந்த அன்று பல விதமான இலைகளைக் கோத்து மாலையாக்கி எடுத்துக்கொண்டு வந்தது. ஜெஸ்ஸி கண்ணாடியின் இந்தப் பக்கம் அப்படியே மண்டியிட்டாள். ஹனி அவளை அணைப்பதுபோல் பாவம் காட்டிக் கண்ணாடியை ஒட்டி உறைந்து நின்றது. அதன் பின் நடந்ததை கியூரேட்டர் தன் குறிப்பில் எழுதியபோது அவருக்குக் கொஞ்சம் குமட்டியது.

கியூரேட்டர் குறிப்புகளைச் சமர்ப்பித்ததும் இனி ஜெஸ்ஸியை அனுமதிப்பதில்லை என்று ஜூ நிர்வாகம் முடிவெடுத்தது. கடந்த ஒரு வாரமாக ஜெஸ்ஸி கெஞ்சியும் மிரட்டியும் தனது உயர்மட்ட நண்பர்களின் நெட் ஒர்க் மூலமாக அழுத்தம் தந்தும் பார்த்துவிட்டாள். எதுவும் வேலைக்காகவில்லை. "முடியாது" என்பதில் திடமாக நின்றது நிர்வாகம். கியூரேட்டர் அதன் முகம்.

இனிமேல் என்ன செய்வது? ஜெஸ்ஸிக்கு எந்த வழியும் தெரியவில்லை. அடுத்த நாள் ஒரு கேன் பெட்ரோலை எடுத்து வந்து தீவைத்துக்கொள்ள வேண்டியதுதான். தீர்மானித்தாள்.

காரை நோக்கி நகர்ந்தாள். அவள் காரை நிறுத்தியிருந்த இடத்துக்கு அடுத்ததாக நிறுத்தப்பட்டிருந்த காரிலிருந்து இரு இளம் பெண்கள் இறங்கினார்கள். நீல நிறத்தில் உடையும் நீல வளையல்களும் நீல நகப்பூச்சும் அணிந்த பெண்ணிடம் இன்னொருத்தி கூறினாள்: "ஹனிக்கு இன்று நீலப் பூங்கொத்து கிடைக்கிறதா பார்ப்போம்." "ஆமாம், சிவப்பு உடை என்றால் தன் ரத்தத்தை ஒரு கோப்பையில் தந்துவிடும்" என்றாள். "அத்தனை அன்பு." இருவரும் உரக்கச் சிரித்தார்கள்.

ஜெஸ்ஸிக்கு உலகமே இருண்டுவிட்டது. கார் கதவைக்கூடத் திறக்க வலுவில்லாமல் தரையில் உட்கார்ந்தாள். அவள் முகம் வெளிறிப்போயிருந்தது. சில நிமிடங்களுக்குப் பின் "என்ன இருந்தாலும் சிம்பன்ஸி" என்று சொல்லிக்கொண்டாள். பிறகு மெல்ல எழுந்தவள் "என்ன இருந்தாலும் ஆண்" என்று கூறியபடி கதவைத் திறந்து காரில் ஏறி உட்கார்ந்தாள். மறுப்பதைப் போலத் தலையாட்டிக் கொண்டவள் "என்ன இருந்தாலும் காதல்" என்று முனகியபடி ஸ்டியரிங் வீலில் முகம் புதைத்துக் கதறத் தொடங்கினாள்.

●

சாத்தியங்கள்

எப்போதும் என் கண்களுக்குள் அவன் பார்க்கிறான். என் கண்களைப் பார்க்கிறானா, என்னைப் பார்க்கிறானா, தெரியவில்லை. என் கண்களுக்குள்ளாக என்னையும் என்னைப் பார்ப்பதாக என் கண்களையும் பார்க்கிறானாக இருக்கும். என் கண்களைப் பார்க்கும்போது (பொதுவாக) கண்களை அவன் பார்க்கலாம். என்னைப் பார்க்கும் போது (பொதுவாக) பெண்களை அவன் பார்க்கலாம். என் கண்களைப் பார்க்கும்போது என் காதுகள், உதடுகள், முலைகள், தொடைகள் எனப் பிற உறுப்புகளையும் அவன் எண்ணிப் பார்க்கலாம். என்னைப் பார்க்கும்போது சுமனாவை, சுஜாதாவை, சுப்ரியாவை, என் தோழிகளை எனப் பலரையும் அவன் எண்ணிப் பார்க்கலாம். என் கண்களில் அவன் பழங்கால மனிதனாக – இன்று அவனை நாம் மறந்துவிட்டிருக்கிறோம் – தன்னைத் தானே பார்த்துக்கொள்ளலாம். என்னை அவனுடைய காதலியாகவும் – காதலிகள் எனப்படுவோர் அருகிப் போய்விடவில்லை – கருதிப் பார்க்கக்கூடும். என் கண்களை நீள்வட்ட வடிவ ஆழ்குளத்தின் பரப்பாகவும் கண்ணின் பாவையை நிலவின் பிம்பமாகவும் அவன் பார்க்கக்கூடும். குளத்தில் தான் விழுந்து தற்கொலை செய்துகொள்ளாதிருக்க, என் கண்களை இனி பார்க்காதிருக்க அவன் முடிவு செய்யலாம். ஒருவேளை என்னை ஹோலோகிராமாக, உருவெளித் தோற்றமாக அவன் பார்க்கவும் செய்யலாம். இதுவரை நாங்கள் தொட்டுக்கொள்ளாததற்கு அதுவே காரணமாக இருக்கலாம்.

●

கோதே என்ன சொல்லியிருந்தால் என்ன?

இடைவெளி

வேலையிலிருந்து ஓய்வு பெற்ற பின் கிராமத்தில் வந்து வாழ்க்கையைக் கழிக்கத் திட்டமிடுபவர்களைப் புதுமைப்பித்தன் ஒரு கட்டுரையில் நக்கலாக இடித்துக்காட்டியிருந்தது அவளுக்கு நெருடலாக இருந்தது. கிராமம் என்ன வாழ்வுக்கும் சுடுகாட்டுக்கும் இடையில் ரேழியா, உங்களால் ஒரு நாள் இங்கே வந்து குப்பை கொட்ட முடியுமா என்று அந்தக் கட்டுரையில் அவர் கேட்டிருந்தார். ஒவ்வொரு முறையும் அவள் தன் கிராமத்துக்குச் செல்லும்போது அந்த வரிகளை நினைக்காமல் இருக்க முடியாது. அங்கே செட்டில் ஆகிவிட அவள் எடுத்த முடிவுக்கு இந்த வரிகள் ஆப்பு வைத்துவிட்டதாகத் தோன்றும். என்றாலும் அவளுடைய பூர்வீக வீடு அங்கேதான் என்பதால் அந்த வரிகளை எப்படியாவது மறந்துவிடத் தீர்மானித்தாள்.

சென்ற வாரக்கடைசியில் அவள் கிராமத்துக்குச் செல்ல வேண்டியிருந்தது. அவள் தம்பியின் மகளும் மகனும் அவர்களுக்குப் பள்ளி விடுமுறை என்பதால் தாங்களும் கூட வருகிறோம் என்றார்கள். "நெல்லுக் காச்சி மரம்" என்று என்றைக்காவது அவர்கள் சொல்லிவிடலாம். அந்தக் கோரத்தை யெல்லாம் கேட்டுவிடக் கூடாது என்று எண்ணி அவர்களையும் அழைத்துக்கொண்டு சென்றாள். வயல் என்றால் என்னவென்று கூட வந்து தெரிந்து கொள்ளட்டும். கிராமத்தில் அவளுடைய பூர்வீக வீட்டில் சின்ன ரிப்பேர் நடந்துகொண்டிருந்தது. அதையும் மேற்பார்வையிட்டு வந்துவிடலாம்.

திருச்சிக்கு ரயிலில் சென்று, அங்கிருந்து ஒரு காரை வாடகைக்குப் பிடித்து அவர்கள் வீட்டுக்கு வந்து இறங்கியபோது ஒரு மயில் ஒய்யாரமாக நடையில் நின்றுகொண்டிருந்தது. "ஒய்யாரமாக" என்ற விவரணை வாக்கிய அழகுக்காகப் போட்டது. அது சோர்வாக அல்லது பசியோடு நின்றுகொண்டிருக்கலாம். யாருக்குத் தெரியும்? அவர்களைப் பார்த்தும் நகர்வதாக இல்லை. மூவரும் அதைத் தள்ளிக்கொண்டு உள்ளே சென்றார்கள். மயில்கள் ஊரில் கிராமத்தில் அதிகமாகிவிட்டதென்றும் எல்லார் வீட்டுக்குள்ளும் புகுந்துவிடுகின்றன என்றும் வாட்ச்மேன் கூறினார். பக்கத்தில் நின்றுகொண்டிருந்த ஒரு சித்தாள் "பாம்புத் தொல்லைதான் காரணம்" என்றார். "என்ன, இங்கே பாம்பிருக்கா?" பதறிக் கேட்டாள். "இல்லை, எப்பவாவது வரும். அன்னிக்கு ஒரு சட்டை கெடந்தது" என்றார் வாட்ச்மேன். "சட்டைனா என்ன?" தம்பி மகனுக்குத் தெரியவில்லை. வாட்ச்மேன் விளக்கிக்கொண்டிருந்தார்.

நகரத்தில் நள்ளிரவுக்குப் பிறகும் வராத இரவு கிராமத்துக்கு ஏழு மணிக்கே வந்துவிடுகிறது. எட்டு மணிக்கு வீடுகளின் மீது இருள் கூடாரமாகக் கவிந்துவிட்டது. அமாவாசை வேறு. அந்தக் கூடாரத்துக்குள் வீடுகளின் மின்விளக்குகள் மின்மினிகளாகப் பொலிவிழந்து தெரிந்தன. பத்து மணி வாக்கில் இருளைக் கிழித்துக்கொண்டு மயில்களின் குரல்கள். "மயில் கத்துது" என்றாள் அவளது தம்பியின் மகள். "ஆமா, நாம வர்றப்ப குயில் கத்திச்சி, இப்போ மயில்" என்றான் தம்பியின் மகன். இந்தக் காலக் குழந்தைகளுக்கு எல்லாமே கத்தலாகிவிட்டது. மாடு கத்துகிறது. காகம் கத்துகிறது. காலிங் பெல் கத்துகிறது. அவர்களுடைய மொழியைத் திருத்தும் நோக்கத்தில் "மயில் அகவியது," "குயில் கூவியது" என்றாள் அவள். இருவரும் உடனே ஆமோதித்தார்கள், "ஆமா, குயில் அப்ப கத்திச்சி. மயில் இப்ப கத்திச்சி." நுட்பமாக ஏதாவது சொன்னால் இந்தத் தலைமுறை புரிந்துகொள்வதில்லை. அவளுக்குச் சலிப்பாக இருந்தது.

"இல்லடா, சரியான மொழிய பயன்படுத்தணும்."

"அப்டினா?" கேட்டது தம்பியின் மகன். அவள் பதில் சொல்வதற்குள் "அங்கே தரைல ஏதோ போற மாதிரி இருக்கு" என்று அவன் காட்டினான். "ஊர்கிற மாதிரி" என்று திருத்த வேண்டுமென்று எண்ணியபோதே "ஐயயோ" என்று பயத்தைக் காட்டிவிட்டாள் அவள்.

"என்ன அத்தே?"

"ஏதோ போற மாதிரினு சொன்னியேடா?"

"அத்தை பயந்துட்டா, பாத்தியா?" என்றான் அவன் தன் தங்கையிடம்.

"சரியான பயந்தாங்கொள்ளி அத்தை." கேலி செய்தாள் தங்கை.

"பாம்பு என்ன அத்தே செய்யும், ஸ்டிக்கால தட்டினா போயிடப் போவுது."

இருவரும் உரக்கச் சிரித்தார்கள். அவளும் சேர்ந்து சிரித்தாள்.

விடிந்ததும் அவர்களுக்கு "மயில் அகவுகிறது" என்று கற்றுத்தர வேண்டுமென்று அவள் முடிவு செய்தாள். அவளுடைய தம்பியின் மகள் தன் சகோதரனிடம் கூறிக்கொண்டிருந்தாள் "டுமாரோ ஒரு ஸ்னேக்கைப் பிடிச்சிட்டு வர்ரோம். பயப்படாம இருக்க அத்தை கத்துக்கணும்."

●

பெருந்தேவியின் பிற நூல்கள்

[காலச்சுவடு வெளியீடு]

உடல்-பால்-பொருள்

பாலியல் வன்முறை எனும்

சமூகச் செயற்பாடு

(கட்டுரைகள்)

ரூ. 200

#Me Too இயக்கம் பற்றிப் பேசத் தொடங்கும் இந்தக் கட்டுரைகள் அந்த இயக்கத்தின் சமகாலச் சிக்கல்களுடன் நிற்காமல் பணியிடங்களில் பாலியல் துன்புறுத்தலின் பல்வேறு வெளிப்பாடுகள், பாலுறவில் பெண்ணின் சம்மதம், பால் அடையாளங் களின் உருவாக்கம் எனப் பல புள்ளிகளையும் தொட்டு விரிந்து செல்கின்றன.

கோட்பாட்டுரீதியான பார்வையின் உள்ளார்ந்த வலிமையுடன் தகவல்களின் பலமும் தர்க்கரீதியான அணுகுமுறையும் கொண்டவை இக்கட்டுரைகள். இவற்றை சுய சிந்தனை கொண்ட அசலான பெண்ணியப் பிரதி என்று சொல்லலாம்.

சமூக யதார்த்தங்கள் குறித்த பிரக்ஞையுடன் எழுதப்பட்ட காத்திரமான பெண்ணியக் கட்டுரைகளைத் தமிழில் மிக அரிதாகவே காண முடிகிறது. அத்தகைய கட்டுரைகளைக் கொண்ட இந்தத் தொகுப்பு தமிழுக்கு மிக அவசியமான வரவு.

பாலியல் வன்முறையின் மாறுபட்ட பரிமாணங்களைப் புரிந்துகொள்ள இலக்கியப் பனுபவல்கள் எந்த வகையில் உதவக் கூடும் என்னும் புரிதலையும் இத்தொகுப்பு அளிக்கிறது.

அரவிந்தன்

தேசம் – சாதி – சமயம்
அதிகாரத்தைப் புரிந்துகொள்ளல்
(கட்டுரைகள்)
ரூ. 160

ஆண்பால், பெண்பால் என்னும் இருமையை மீளுருவாக்கம் செய்கின்ற பாலியல் அதிகாரம் தனித்த ஒன்றல்ல; சாதி, சமயம், தேசம் முதலிய வற்றின் சொல்லாடல்களுடனும் அவற்றின் அதிகார விசைகளுடனும் இணைந்தும் விலகியும் செயல்படுவது அது. பின்னிப் பிணைந்திருக்கும் இந்த அதிகார விசைகளையும் அவற்றுக்குச் சவால்விடும் வகையில் சமூகத்திலும் கலையிலும் துலங்கும் பொருண்மையான எதிர்ப்புகளையும் இத்தொகுப்பின் கட்டுரைகள் ஆராய்கின்றன.

'மாதொருபாகன்' நாவல், 'பரியேறும் பெருமாள்' திரைப்படம், தமிழகம் தாண்டிய பெண்ணெழுத்து, பெண் விரோதச் சாதியக் கொலைகள், பசு அரசியல் போன்ற சமூக, பண்பாட்டு நிகழ்வுகளும் இலக்கியமும் கலையாக்கங்களும் கட்டுரைகளின் பேசுபொருட்கள்.

உலோகருசி
(கவிதைகள்)
ரூ. 125

சமூகத்தின் பல்வேறு தளங்களிலான அனுபவங்களை, இன்றைய வாழ்வு தரும் உள நெருக்கடியை, பொய்மையாய்த் துலங்கும் நிஜத்தை, காதலை, மெல்லப்படர்ந்துவரும் வாழ்வின் நகல் போலியாக மாறிவிட்ட பிளாஸ்டிக் தன்மையைப் பெருந்தேவியின் கவிதைகள் காட்டிக்கொடுக்கின்றன.

வாழ்வின் 'உண்மைகளைச்' சொல்வதையோ அவற்றைச் சுட்டிக்காட்டி வாசிப்பாளரை ஏற்க வைப்பதையோ இக்கவிதைகள் செய்யவில்லை. உடன்பாட்டுநிலையில் இல்லாமல் கொடுக்கப்பட்ட 'உண்மை களாக' நம்பப்படுவனவற்றை விமர்சனத்திற்கு உட்படுத்துவதாக அமைந்திருக் கின்றன என்பதே இக்கவிதைகளின் முக்கியத்துவம்.

இக்கடல் இச்சுவை
(கவிதைகள்)
ரூ. 70

கோபம், ஆதங்கம், ஆற்றாமை போன்ற வலிமையான உணர்ச்சிகளின் வீச்சு கச்சிதமான படிமச்சிதறல்களாகத் தெறிக்கும் ஜாலம் இக்கவிதைகளில் காணக்கிடைக்கிறது. தொன்மத்தின் வாசம் உள்ளோடி நிற்கும் மொழி, சொல்தேர்வின் நேர்த்தியைக் காட்டுகிறது. பார்வையின் கூர்மை மொழியின் திண்மையாக வெளிப்படுவது பெருந்தேவியின் கவிதைகளின் சிறப்பென்று சொல்லலாம். பெண்மனத்தின் வலிமையான அம்சங்களை முன்னிறுத்துபவையாக இக்கவிதைகள் தோற்றம் கொள்கின்றன.

ஆனந்த்

அசோகமித்திரனை வாசித்தல்
(கட்டுரைகள்)
தொகுப்பாசிரியர்: பெருந்தேவி
ரூ. 100

இந்தத் தொகுப்பு அசோகமித்திரன் எனும் மேதையின் கடல் போன்ற எழுத்துப் பரப்பின் கரையில் சிலர் இணைந்து எடுத்திருக்கும் ஒரு கைப்பிடி மணல். 2014ஆம் ஆண்டு ஜுன் 7 அன்று நடந்த 'அசோகமித்திரனை வாசித்தல்' என்ற கருத்தரங்கில் வாசிக்கப்பட்ட கட்டுரைகளின் தொகுப்பு இது.

என். கல்யாணராமன், அம்ஷன் குமார், பெருமாள்முருகன், ராஜன் குறை, பெருந்தேவி, ராமானுஜம் ஆகியோரின் கட்டுரைகள் அசோகமித்திரனின் புனைவுலகை வெவ்வேறு கோணங்களில் ஆராய்கின்றன.

கோதே என்ன சொல்லியிருந்தால் என்ன?